மாமல்லபுரம்

மாற்றார் செருக்கழிப்போன்,
செல்வம் மிக்கோன்,
காமனின் காதலன்,
சிவபூஜையைத் தோழனாகக் கொண்டோன்,
அத்யந்தகாமனின் (இச்சை மிக்கோனின்)
புனித நீராட்டலால் நிரம்பிய
மணி பல இலங்கும் பரந்த தாமரைத் தடாகத்தில்
வாழ்கிறான் சங்கரன் மங்கல முகத்தான்

- மாமல்லபுரத்தில் மூன்று இடங்களில்
சமஸ்கிருதத்தில் காணப்படும் பல்லவக் கல்வெட்டு வாசகம்

சு. சுவாமிநாதன்

பேராசிரியர் சு. சுவாமிநாதன் புதுக்கோட்டையில் 1940-ல் பிறந்தவர். ஐஐடி தில்லியில் 30 வருடங்களுக்கும் மேலாகப் பணிபுரிந்து இயந்திரப் பொறியியல் துறைப் பேராசிரியராக ஓய்வு பெற்றவர். இளைஞர்களுடன் பல ஆண்டுகள் பணிபுரியும்போது அவர்களில் பலருக்கும் இந்தியாவின் வளமான பாரம்பரியம் பற்றி ஒன்றுமே தெரிந்திருக்கவில்லை என்பதை உணர்ந்தார். அதனால் உந்தப்பட்ட அவர், இந்தியப் பாரம்பரியத்தின் பல்வேறு கூறுகளான இசை, சமஸ்கிருத மொழி, தமிழ் இலக்கியம், தமிழ் யாப்பு, எழுத்துகளின் வளர்ச்சி, காந்தியம் போன்ற பல துறைகளை ஆழமாக அறிந்துகொள்ள அவற்றில் பயணிக்கத் தொடங்கினார். அதே நேரம், தான் கற்றுக்கொண்டவற்றைத் தன் மாணவர்களிடம் பகிர்ந்து கொள்ளவும் ஆரம்பித்தார்.

புதுக்கோட்டையில் சுதர்சனம் என்ற கலை, கலாசார மையத்தை அமைக்க உதவினார். இவர் அஜந்தா ஓவியங்கள், மாமல்லபுரத்தின் பல்லவர் கலை, உலக எழுத்துகள் ஆகியவற்றை ஆழ்ந்து கற்ற அறிஞர். இவற்றைப் பற்றி ஆழமாக ஆய்வு செய்து, சிறு பிரசுரங்கள் மூலமாகவும் கருத்தரங்குகள் மூலமாகவும் தான் கற்றதைப் பிறருடன் பகிர்ந்து கொண்டுள்ளார். தமிழ்ப் பாரம்பரிய அறக்கட்டளை என்ற அமைப்பை உருவாக்கியவர்களில் இவரும் ஒருவர்.

கே.ஆர்.ஏ. நரசய்யா

காவூரி ராமலிங்கம் அப்பல நரசய்யா ஒரிஸாவில் பிறந்தவர். கப்பல் பொறியியலில் தேர்ச்சி பெற்று பத்து ஆண்டுகள் கடற்படைக் கப்பல்களிலும், இரண்டு ஆண்டுகள் வணிகக் கப்பல்களிலும், பின் விசாகப்பட்டினத் துறைமுகத்திலும் பணியாற்றி, 1991-ல் ஓய்வுபெற்றார். பின்னர் உலக வங்கியால் ஆலோசகராக அழைக்கப்பட்டு கம்போடிய புனர்நிர்மாணத்தில் பங்குகொண்டார். வங்கதேச விடுதலைப் போரின்போது கடற்படையால் அழைக்கப்பட்டு அதில் பங்கேற்றார். ஆரம்ப காலத்திலிருந்தே இலக்கியப் பணி செய்துவரும் நரசய்யா தமிழிலும் ஆங்கிலத்திலும் புலமை பெற்ற தலைசிறந்த எழுத்தாளர். இவரது கதைகளும் கட்டுரைகளும் பிரபல பத்திரிகைகளில் தொடர்ந்து இடம்பெறுகின்றன. இவரது கடலோடி, மதராஸப்பட்டினம், ஆலவாய், கடல்வழி வணிகம் போன்ற நூல்கள் பெறும் வரவேற்பைப் பெற்றிருக்கின்றன. இவரது ‘கம்போடிய நினைவுகள்’ 2010-ன் சிறந்த பயண நூலுக்கான தமிழ்நாடு அரசின் விருதைப் பெறுகிறது. இவ்வளவு பிரபலமான எழுத்தாளர் இந்தப் புத்தகத்தைத் தமிழாக்கம் செய்திருப்பது இவருடைய கலை ஆர்வத்தையே உணர்த்துகிறது. இவர் இப்போது ஒரு சென்னைவாசி.

மாமல்லபுரம்

சு. சுவாமிநாதன்

தமிழில்: கே.ஆர்.ஏ. நரசய்யா

படங்கள்: அசோக் கிருஷ்ணசுவாமி

கிழக்கு

மாமல்லபுரம்
Mamallapuram
by S.Swaminathan ©

First Edition: May 2016
152 Pages + 16 pages (images)
Printed in India.

ISBN: 978-93-84149-93-2
Title No: Kizhakku 931

Kizhakku Pathippagam
177/103, First Floor,
Ambal's Building, Lloyds Road,
Royapettah, Chennai 600 014.
Ph: +91-44-4200-9603
Email : support@nhm.in
Website : www.nhm.in

📘 kizhakkupathippagam
🅴 kizhakku_nhm

Kizhakku Pathippagam is an imprint of New Horizon Media Private Limited

This book is sold subject to the condition that it shall not, by way of trade or otherwise, be lent, resold, hired out, or otherwise circulated without the publisher's prior written consent in any form of binding or cover other than that in which it is published and without a similar condition including this the rights under copyright reserved above, no part of this publication may be reproduced, stored in or introduced into a retrieval system, or transmitted in any form or by any means (electronic, mechanical, photocopying, recording or otherwise), without the prior written permission of both the copyright owner and the above-mentioned publisher of this book.

காஞ்சி கைலாசநாதர் கோவில்
பல்லவ கோவில் கட்டடக் கலையின் சிகரம் ஆகும்.
இக்கலையின் தொடக்கத்தை வரும் பக்கங்களில் பார்ப்போம்...

உள்ளே

மொழிபெயர்ப்பாளர் உரை / 09

கோவில்களின் தொடக்கம் / 13

மகேந்திரனின் ஆரம்பம் / 17

- மண்டகப்பட்டு - லக்ஷிதாயனா / 18
- மாமண்டூர் குகைக் கோவில்கள் / 21
- குரங்கணில்முட்டம் - கல் மண்டகம் / 22
- மகேந்திரவாடி - மகேந்திர விஷ்ணு கிருகம் / 23
- தளவானூர் - சத்ருமல்லேஸ்வராலயம் / 24
- திருச்சிராப்பள்ளி - லலிதாங்குர பல்லவ கிருகம் / 25
- சீயமங்கலம் - அவனிபாஜன பல்லவ கிருகம் / 26
- பின்னர் வந்த சந்நதிகள் / 28
- பல்லவ பாரம்பரியம் / 29
- செங்கல்லும் காரையும் கருங்கல்லுக்கு இடமளித்தன / 30

மாமல்லை அருங்காட்சியகம் / 31

- ஸ்தபதிகளுக்கு ஒரு அஞ்சலி / 32
- கல்லிலே அழகைக் காணல் / 32
- பல்லவர் சிற்பக்கலை / 33
- மாமல்லபுரத்து அழகை ரசிப்பது எப்படி? / 35
- உருவ தோரணை / 35
- உடைகளும் அணிகளும் / 36
- சிற்பத் தொகுதிகள் / 37

குகைக்கோயில்கள்: ஒரு பார்வை / 38

- கோடிக்கல் மண்டபம் / 40
- கோனேரி மண்டபம் / 41
- தர்மராஜ மண்டபம் / 42
- வராக மண்டபம் / 43
- திரிமூர்த்தி மண்டபம் / 50
- ராமானுஜ மண்டபம் / 54
- மகிஷாசுரமர்த்தினி மண்டபம் / 55
- ஆதிவராக மண்டபம் / 60
- அதிரணசண்ட மண்டபம் / 65
- புலிக்குகை / 68

ஒற்றைக்கல் ரதங்கள்: ஒரு பார்வை	/ 69
பஞ்சபாண்டவ ரதங்கள்	/ 70
தர்மராஜ ரதம்	/ 71
பீமரதம்	/ 83
அர்ச்சுனன் ரதம்	/ 85
திரௌபதி ரதம்	/ 89
சகதேவ ரதம்	/ 91
கணேச ரதம்	/ 92
பிடாரி, வலையன்குட்டை ரதங்கள்	/ 93
கட்டுமானக் கோவில்கள்	/ 92
கடற்கரைக் கோவில்கள்	/ 96
சத்திரிய சிம்மேஸ்வரம்	/ 99
ஜலசயனப் பெருமாள்	/ 101
ராஜசிம்மேஸ்வரம்	/ 102
கடற்கரைக் கோவில்கள் வளாகம்	/ 103
வராக உருவம், சிறிய அளவில் சிவன் கோவில்	/ 104
புடைப்புச் சிற்பங்களுடன் கிணறு, சிம்மக்கோவில்	/ 105
மகிஷாசுரமர்த்தினி பாறை	/ 106
சிறிய புலிக்குகை	/ 107
முகுந்தநாயனார் கோவில்	/ 108
உழக்கு எண்ணெய் ஈஸ்வரர் கோவில்	/ 108
திறந்தவெளிப் பாறை புடைப்புச் சிற்பங்கள்	/ 110
பெருந்தவம்	/ 111
ஆநிரை காத்த கண்ணன்	/ 122
பெருந்தவம் (குறைச்சிற்பம்)	/ 126
யானைச் சிற்பத் தொகுதி	/ 127
எழுத்தமைதி - பல்லவ கிரந்தம்	/ 128
மாமல்லபுரத்துத் தாவரங்கள்	/ 130
மாமல்லையின் புதிர்கள்	/ 134
பின்னுரை	/ 135
அருஞ்சொற்கள்	/ 146

மொழிபெயர்ப்பாளர் உரை

தொழிலால் பேராசிரியர்; படிப்பால் பொறியாளர்; ஆனால் தன் கல்விக்கும் தொழிலுக்கும் அப்பால் தெரிந்துகொள்ளவேண்டிய பல நுணுக்கங்கள் இந்தியக் கலையிலும் பண்பாட்டிலும் இருப்பதைப் புரிந்துகொண்டு, தன் முயற்சிமூலம் வெற்றிகண்டவர் சுவாமிநாதன்.

கலைகளின் நுணுக்கம் மட்டுமல்லாது, அவற்றின் பொருளையும் பின்புலனையும் அறிய முற்பட்டார். அதன் விளைவாக ஆய்வுக்கு அஜந்தா ஓவியங்களை எடுத்துக்கொண்டார். தொடர்ந்து, மாமல்லையின் மகத்தான கலைச் செழிப்பு அவருடைய ஆர்வத்துக்கு இலக்காயிற்று. இரண்டு வருடங்களுக்கும் மேலான பணி, ஒப்பற்ற கலைப் பொக்கிஷமாக, படங்களுடன் கூடிய விரிவான கலைக் களஞ்சியமாக இப்போது உருவெடுத்துள்ளது.

சுவாமிநாதனின் வழிகாட்டுதலில் சிறந்த புகைப்பட நிபுணரான அசோக் கிருஷ்ணசாமியின் கை வண்ணத்தில் உங்கள் முன்னர் எழிலோவியமாக, பல்லவர்களின் சிற்பத்திறமையின் எதிரொலி போல இப்போது ஒரு சித்திரக்கதை நூலாகப் பரிணமிக்கிறது!

ரிச்சர்ட் லெனாய் என்ற எழுத்தாளர், 'பேசும் மரம் - இந்தியக் கலை, சமூகம் பற்றிய ஓர் ஆய்வு' என்ற தமது நூலில் 'இந்திய எண்ணமும் மதமும் நாம் சுலபமாகப் புரிந்தகொள்ள இயலாத நிலையில் இருந்தாலும், அவர்களது கலைச்செல்வங்கள், அவற்றை நாம் பார்த்த கணமே நம் உணர்வுகளின் கவனத்தைத் தவறாது ஈர்ப்பனவாக உள்ளன. அவை தீவிரமான நுண்புலத்தைச் சார்ந்தவையாக இருப்பினும், புரிந்து கொள்ள முடியாதவை அல்ல; உண்மை

நிலையில் உள்ள எதுவுமே தெய்வீகத்தன்மை இல்லாது இருப்பதில்லை; தெரிந்துகொள்ள முடியாத எதுவுமே உண்மையல்ல என்பதை அறிந்துகொள்கிறோம்' என்கிறார். மாமல்லபுரத்தைப் பொருத்தமட்டில் இது உண்மை என்பதை சுவாமிநாதன் இந்நூலில் மிகுந்த பிரயாசையுடன் நிரூபித்துள்ளர். சொல்லப்போனால், ஆங்கிலப் பழமொழி ஒன்று கூறுவதுபோலவே, 'ஒரு கல்லைக்கூட அவர் இங்கு விட்டு வைக்கவில்லை!'

மாமல்லபுரத்து மகிமை இதற்கு முன்னரே அன்னிய நாட்டினரால் நன்கு பதிவு செய்யப்பட்டுள்ளது. மார்க்கோ போலோ 1293-ம் ஆண்டு குறிப்பு எழுதியுள்ளார். 1375-ம் வருடத்து கேடலான் நில வரை படத்தில் மாமல்லை குறிப்பிடப்பட்டுள்ளது.

மாமல்லையைக் கண்ட ஐரோப்பியர்கள், 'ஏழு பகோடாக்கள்' குறித்து எழுதியுள்ளனர். முதன் முதலாக, வில்லியம் சேம்பர்ஸ், ஏஷியாடிக் ரிசர்ச் இதழின் முதல் பகுதியில் (1788) இவ்விடத்தைக் குறித்து விரிவாக எழுதினார். ஏஷியாடிக் ரிசர்ச்சின் ஐந்தாம் பகுதியில் (1798) கோல்டிங்காம், 'இவற்றைச் செதுக்கிய சிற்பி சாதாரணத் திறமை படைத்தவர் இல்லை' என்று குறிப்பிட்டார். ஃப்ரான்சிஸ் வில்ஃபிரெட் 1809-ல் மாமல்லை குறித்து எழுதியுள்ளார். ராபர்ட் சதே என்ற கவிஞர், மாமல்லையைப் பார்த்திராதபோதும், தாம் கேட்ட வற்றைக்கொண்டு, இந்திய புராணக் கதைகளைப் பின்னணியாக வைத்து, 1810-ல் 'கெஹாமாவின் சாபம்' என்ற ஒரு பெருங்கவிதையை இயற்றியுள்ளார். இப்பெரும் கலைப் பொக்கிஷத்தின் அருகில் கூடாரம் அமைத்து, அதில் இருந்துகொண்டு திருமதி கிரஹாம் மாமல்லையில் தாம் கண்டவற்றைக் குறித்துத் தனது நண்பருக்குப் பல கடிதங்கள் எழுதியுள்ளார். இக்கடிதங்களின் தொகுதி 1814-ல் பிரசுரமாயிற்று.

புகழ் பெற்ற கர்னல் காலின் மெக்கின்சியின்கீழ் வேலை செய்த போரய்யா சகோதரர்கள், மகாபலிபுரத்தைப் பற்றி விரிவாகவே முதலில் தெலுங்கில் எழுதினர்; பின்னர் அவற்றை ஆங்கிலத்தில் மொழிபெயர்த்தனர். 1780-ல் எம்.ஜே. ஹாஃப்னர் ஏழு பகோடாக் களைப் படமாக வரைந்தார். பின்னர் ராபர்ட் ஹோம், சித்திர வல்லுனர்களான டேனியல் இரட்டையர்களின் வரைபடங்களால் உந்தப்பட்டு, 1793-ல் இரண்டு சிறந்த ஓவியங்களைத் தீட்டினார். அதற்கு அவர் இட்ட பெயர் 'மகாபலிபுரத்துப் பாழடைந்த சின்னங்கள்' என்பதாகும். இவை இப்போது கொல்கத்தாவின் ஏஷியாடிக் சொசைட்டியில் உள்ளன. டேனியல் இரட்டையர்கள் தமது வரைபடங்களை வைத்து இங்கிலாந்து சென்றபின், உலகம் புகழும் வண்ண ஓவியங்களை முடித்தனர்.

ஆய்வாளர் என்.எஸ். ராமஸ்வாமி சொன்னபடி, மாமல்லையைக் குறித்துக் கற்றுத்தேர்ந்து முதன்முதலாக விஷயபூர்வமாக எழுதியவர், டாக்டர் பெஞ்சமின் கை பேபிங்க்டன் என்பவரே. அவர் ஜூலை 12, 1828 அன்று ஏஷியாடிக் சொசைடி அமர்வில் ‘ஏழு பகோடாக்கள்’ என்ற கட்டுரையைச் சமர்ப்பித்தார். அங்கு தாம் கண்ட கல்வெட்டுகளைக் குறிப்பிட்டு அவற்றை விவரித்தார். அந்தக் கட்டுரையில், கணேச ரதத்தில் இருந்த சிவலிங்கம், அன்றைய மெட்ராஸ் கவர்னரான ஹோபர்ட்டின் (1794-98) மனைவியால் எடுத்துச் செல்லப்பட்டது என்று அவர் குறிப்பிட்ட செய்தி முக்கியமானது. அதற்காக அம்மாது அங்கிருந்த கிராமவாசிகளுக்கு 20 பகோடாக்கள் கொடுத்தாகவும், ஓர் அனுமான் சிற்பத்தையும் அதனுடன் எடுத்துச் சென்றதாகவும் ஆய்வாளர் என்.எஸ். ராமஸ்வாமி குறிப்பிடுகிறார். நேபியர் பிரபுதான் இப்போது அர்ச்சுனன் தவம் பாறைச் சிற்பத்தின் அருகில் இருக்கும் பேன் எடுக்கும் குரங்கு சிற்பத்தை முகுந்த நாயனார் கோவிலின் அருகிலிருந்து கொணர்ந்து இப்போது இருக்கும் இடத்தில் வைத்ததாகவும் தெரிகிறது.

அறிஞர்களுக்குத் தொடர்ந்து மாமல்லையின்மீது ஆர்வம் இருந்திருக்கிறது என்பதை அறிகிறோம். ஆனால் மாமல்லையின் சிறப்பை உணர்த்த, இவை எல்லாவற்றுக்கும் மேலாக அமைந்தது, யுனெஸ்கோ நிறுவனத்தின் 1984 வருடத்துப் பிரகடனம்தான். அதன்படி மாமல்லை உலக அளவில் பாரம்பரியச் சின்னமாக அறிவிக்கப்பட்டது.

சுவாமிநாதன் எடுத்துக்கொண்டிருக்கும் சவால் சாதாரணமானதல்ல; மாமல்லையைத் தீவிரமாக ஆய்ந்துள்ளார். அதற்காகப் பொறுமையுடன், இந்த ஆய்வில் தம்மை ஈடுபடுத்திக்கொண்ட சில இளைய ஆர்வலர்களுக்காகச் சிறப்புப் பயிலரங்குகளை நடத்தி, பல்துறைத் திறனாளர்களையும் அழைத்து அவர்கள்மூலம் விவரங்களை எடுத்துரைத்து, அவர்களுக்கு மாமல்லையிலேயே அமர்வுகள் வைத்து, பொங்கும் ஆர்வம் கொண்ட ஒரு சிறு குழுவை உண்டாக்கிய பெருமை அவரைச் சாரும்! வெறும் சிற்பங்களை மட்டும் காணாது அவற்றின் பொருளையும் அறியும் ஆவலைத் தூண்டியும் விட்டவர். மொத்தத்தில் இப்பெருமுயற்சியால் உந்தப்பட்டு, இவரது நூலின் கதாபாத்திரமான அத்யந்தகாமனைப் போல, முயற்சியுடன் மட்டும் விட்டுவிடாமல், இந்நூலை ஆக்கவும் துணிந்தார். அதன் முடிவுதான் இந்நூலாக விளைந்த, அடங்கா ஆவலுடன் கூடிய முயற்சியின் வெற்றி.

சேதம் அடையக்கூடிய செங்கல், சுண்ணம், மரம், உலோகம் ஆகியவற்றைத் தவிர்த்து, தாம் உண்டாக்கியுள்ள கல்லால் ஆன கோவிலைப் பற்றிய மகேந்திரப் பல்லவனின் அறிவிப்பான மண்டகப்பட்டுக் கல்வெட்டுடன் நூலை ஆரம்பிக்கும் சுவாமிநாதன், அதன் இறுதியான வெற்றியாகிய உலக ஆச்சரிய மகாபலிபுரக் கோவில்களைப்பற்றி மிக விவரமாக நமக்கு இந்நூலில் தந்துள்ளார்.

நூலின் அத்தியாயங்கள் முறையாக அமைக்கப்பட்டுள்ளன. படிப்போர் புரிந்துகொள்ளும்படி விஷயதானம் உள்ளது. சொல்லப் போனால், படிப்பவர் கையைப் பிடித்துக்கொண்டு ஆசிரியரே ஒவ்வொரு கோவிலாகச் சென்று காட்டுவதுபோல இந்நூல் அமைந்துள்ளது. அதே போல, எளிதான சிற்பமாகத் தொடங்கி, சிக்கல் மிகுந்த உருக்களாகச் சிற்பியின் திறமை மேம்படுவதை அவர் அருமையாக இந்நூலில் விளக்கியுள்ளார்.

ஸ்தபதிகளைப் பற்றி இவர் அளிக்கும் விவரம், இதுவரை எவராலும் கூறப்படாதது. கல்லிலே அவர்கள் கலைவண்ணம் கண்டதை உணர்த்தும் நேர்த்தி இவரது கலைஞானத்தை நமக்கு வெளிக்காட்டுகிறது.

இது ஒரு தனிப்பட்ட சிறப்பு வாய்ந்த நூல்; படிப்போரைத் தூண்டிவிடும் கூர்மையுடன் ஆரம்பித்து, தொடர்ந்து இன்னும் படிக்கவேண்டும் எனும் ஆவலை மேம்படுத்தும் வகையானது. பல்லவ கிரந்த எழுத்துகள் குறித்தும் மல்லையின் தாவரங்கள் குறித்தும் விவரித்துள்ளது இந்நூலின் மற்றொரு சேர்மானம்.

எல்லாவற்றுக்கும் மேலாக, புகைப்பட நிபுணரான அசோக் கிருஷ்ணசாமியின் திறமை நம்மை வியப்பில் ஆழ்த்துகிறது! புகைப்படங்களில் உயிர் கொடுத்துள்ள இக்கலைஞர் போற்றுதலுக்கு உரியவர்.

மொத்தத்தில் கலையைப் பற்றிப் பேசும் இந்நூலே ஒரு கலைப் பொக்கிஷம் ஆகியுள்ளது!

கே.ஆர்.ஏ. நரசய்யா

கோவில்களின் தொடக்கம்

ஆரம்பகாலக் கோவில்கள் மிக எளிமையாகத்தான் கட்டப்பட்டிருக்க வேண்டும். அவற்றில் வழிபாட்டுக்காக உருவங்கள் இருந்திருக் கலாம். ஆனால் அவை எல்லாமே உயிர் நீத்தவர்களைக் குறிப்பதாக இருந்துள்ளன. தமிழ் நாட்டின் பல இடங்களில் நடுகற்கள் காணப் படுகின்றன. இவை இறந்துபோன வீரர்களுக்காக எழுப்பப் பட்டவை. அவற்றில் இறந்தவர்களின் கீர்த்திகள் எழுதப்பட்டன.

கடவுள்களின் இருப்பிடமாக மரங்கள் தொழப்பட்டன. உதாரணமாக கடம்ப மரம் முருகனைக் குறித்தது. அந்த மரத்தைச் சுற்றி எழுப்பப் பட்ட திட்டுகளும் மேடைகளும் மதச்சடங்குகளுக்குப் பயன்பட்டன. காலப்போக்கில், இவை பக்தர்கள் கூடும் இடமாக உருவெடுத்தன.

ஆரம்பகாலங்களில் இவை தூண்களால் தாங்கப்பட்ட, கூரை வேயப்பட்ட சாதாரணமான கட்டடங்களாகத்தான் இருந்திருக்க வேண்டும். காலப்போக்கில் இவை சீரானமுறையில் அமைக்கப் பட்டு, கலை நுணுக்கங்களுடன் திகழ ஆரம்பித்திருக்கின்றன. அப்போதுதான் கர்பகிருகம் என்ற, மூலக்கடவுள் இருக்கும் கருவறை உருவாகியிருக்கும். தவிரவும், பக்தர்கள் அமர்ந்து வழிபாடு செய்ய உதவியாக, அர்தமண்டபமும் உருவாகியிருக்கும்.

இந்தக் காலகட்டத்தில் கற்கள் உயிர் நீத்தார் நினைவை எழுப்புவன என்று கருதப்பட்டதால், அவை கோவில் கட்டுமானப் பணிகளுக்குப் பயன்படுத்தப்படவில்லை. அழியும் பொருட்களைக் கொண்டே கோவில்கள் அமைக்கப்பட்டன. அதனால் அவை காலத்தால் அழிந்தும் போயின! ஒன்றுகூடப் பிழைக்கவில்லை.

ஆஜீவகர் குகைக் கோவில், லோமாஸ் ரிஷி, பிகார்

பிகாரில் பரப்பர் குன்றில் இருக்கும் லோமாஸ் ரிஷி குகைக்கோவில், ஆசீவகர்களுக்காக பேரரசர் அசோகனால் குடையப்பட்டது. இதுவே இந்தியாவின் மிகப் பழைய கோவில். அசோகனால் எழுப்பட்ட சாஞ்சி ஸ்தூபியை கட்டுமானக் கோவிலில் முதலாவது எனக் கருதலாம்.

அசோகன் ஆரம்பித்த இந்த முறையை மற்ற அரசர்கள் நாடு முழுதும் பின்பற்றினர். மேற்கு இந்தியாவில் இம்முறை கி.மு. இரண்டாம் நூற்றாண்டிலிருந்து கி.பி. ஏழாம் நூற்றாண்டு வரை உச்சகட்டத்தை அடைந்திருந்தது. சைத்தியங்கள் என்று அழைக்கப்பட்ட புத்தக் கோவில்களும் விகாரங்கள் என்று அழைக்கப்பட்ட பௌத்த மடங்களும் பல இடங்களில் அமைக்கப்பட்டன. இவற்றை பஜா, கொண்டானே, அஜந்தா, எல்லோரா முதலிய இடங்களில் காணலாம். அதேபோல ஒடிஷாவின் உதயகிரி, கந்தகிரியில் கி.மு. 2-ம் நூற்றாண்டில் சமணக் கோவில்கள் உருவாக்கப்பட்டன. தெற்கில் ஆந்திரப் பகுதியில் சாதவாகனர்கள் காலத்திலும் (கி.மு. 230 - கி.பி. 220) பின்னர்

ஸ்தூபம், சாஞ்சி, மத்தியப் பிரதேசம்

இக்ஷ்வாகுகள் காலத்திலும் (கி.பி. 225-324) இதே போன்று கோவில் பணிகள் பல நடந்தன. இக்ஷ்வாகுகள் காலத்தில் நாகர்ஜுனகொண்டா என்ற அவர்களது தலை நகரத்திலும் மற்ற இடங்களிலும் நிறைய புத்த விகாரங்கள் எழுப்பப்பட்டன.

சாதவாகனர்கள் காலத்தில்தான் அஜந்தாவின் முதல் குகைகள் குடையப்பட்டன. அமராவதியில் அவர்களது திறமை சிறந்து காணப்படுகிறது. இவைதான் பல்லவர்களை உந்தியிருக்கவேண்டும்.

இந்துக் கோவில்களைப் பொருத்தமட்டில், இவற்றின் சரித்திரம் குப்தர்கள் காலத்தில், அதாவது கி.பி. 4-ம், 5-ம் நூற்றாண்டுகளில்தான், தொடங்கியதாகத் தெரிகிறது. ஆனால் அவை எல்லாமே அழியும் பொருட்களால் ஆக்கப்பட்டமையால், பெரும்பாலும் தடயம் இன்றி மறைந்துவிட்டன. தவிரவும், சிலை வழிபாட்டை எதிர்த்த இஸ்லாமியர்களின் படையெடுப்பினால் பல கோவில்களும் சிற்பங்களும் அழிக்கப்பட்டன. சிதைந்த சில கோவில்கள் இன்றும் தேவ்கர், சாஞ்சி, டிகாவா முதலிய இடங்களில் காணப்படுகின்றன.

பிரகதீஸ்வரர் கோவில், தஞ்சாவூர்

கற்களை வைத்துக் கோவில்கள் கட்டத் தொடங்கியபின்னர்தான் அவை நிரந்தரமானவையாக விளங்கின. இவற்றின் தொடக்கம் தமிழ் நாட்டில் பல்லவர்கள், முத்தரையர்கள், பாண்டியர்கள், அதியமான்கள் முதலியோரால் குடையப்பட்ட கோவில்களே. அதேபோல கர்நாடகத்தில் சாளுக்கியர்கள் குடைவரைக் கோவில் களைக் கட்டுவித்தனர்.

தமிழ்நாட்டில், சங்க காலத்திலும் (கி.பி. 2-ம் நுற்றாண்டு முதல் கி.பி. 2-ம் நூற்றாண்டு வரை) அதற்குப் பின்னும் கலை நுணுக்கம் வாய்ந்த கோவில்கள் கட்டப்பட்டன என்பதில் சந்தேகம் இல்லை.

ஆனால் இந்தக் கோவில்களும் மரம், செங்கல் போன்ற அழியக்கூடிய பொருள்களாலேயே கட்டப்பட்டதால் இன்று எவையுமே கிடைக்க வில்லை. கருங்கற்கள் கொண்டு கட்டப்பட்ட பின்னரே, அவை நாள்பட இருக்கத் தொடங்கின. தமிழகத்தில், மண்டகப்பட்டில், 7-ம் நூற்றாண்டில் மகேந்திரவர்மப் பல்லவன் உருவாக்கிய குகைக் கோவிலே காலத்தால் முந்தையது என்று கருதப்படுகிறது. இங்கிருந்துதான் பொற்காலம் தொடங்குகிறது. இந்த ஆரம்பகாலக் கோவில்களேகூட கலையிலும் நுட்பத்திலும் மிகவும் முன்னேறிய நிலையில் உள்ளன. இதில் ஆச்சரியம் ஏதும் இல்லை. ஏனெனில், தெற்கில் கலை, தொழில்நுட்பம் இரண்டுக்கும் நீண்ட பாரம்பரியம் இருந்ததோடு, வெளியிலிருந்து வந்த பாரம்பரியங்களும் எளிதில் உள்வாங்கிக்கொள்ளப்பட்டன.

மகேந்திரனின் ஆரம்பம்

'அழியும் பொருட்களான மரம், செங்கல், சுண்ணம், உலோகம் இன்றி, இந்தக் குகைக் கோவில், சிவ, பிரம்மா, விஷ்ணு தெய்வங்களுக்காக விசித்திரசித்தனால் சமர்ப்பிக்கப்படுகிறது' என்ற பிரகடனம் மண்டகப்பட்டில் உள்ள ஒரு சமஸ்கிருதக் கல்வெட்டில் காணப்படுகிறது. இந்த விசித்திரசித்தன்தான், இந்திய நாட்டின் மிகச் சிறந்த அரசர்களில் ஒருவனான மகேந்திரவர்மன் (கி.பி. 590-630).

மண்டகப்பட்டில் தொடங்கி, மகேந்திரன், தன் தலைநகரான காஞ்சியைச் சுற்றிலும் பல குகைக் கோவில்களைச் சமைத்தான். அவை பல்லவர் காலத்துச் சிற்பக் கலைச் சிறப்புக்கு எடுத்துக்காட்டாக உள்ளன.

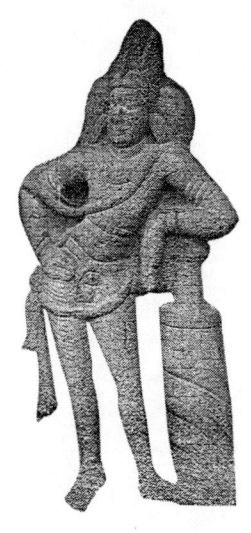

அவற்றை காலக் கணக்கீட்டின்படிக் காண்பிக்காமல், அவற்றின் பரிமாண வளர்ச்சியின் அடிப்படையில் இங்கே தொகுத்தளித்துள்ளோம். கூடவே, மகேந்திரன் இந்தக் கலைக் கோவில்களை நிர்மாணிக்கத் தேர்ந்தெடுத்த இடங்கள், அந்தக் கோவில்களில் காணப்படும் சிற்பங்களின் சிறப்புகள் ஆகியவை குறித்தும் ஆங்காங்கே சொல்லிச் செல்வோம்.

மண்டகப்பட்டு – லக்ஷிதாயனா

விழுப்புரம் மாவட்டத்தில் செஞ்சியின் அருகே உள்ள இந்த குகைக் கோவில், இந்த இடத்தில் கிடைக்கும் கற்களின் நேர்த்தியைக் கண்டு தேர்ந்தெடுக்கப்பட்டது போலும்! நீர்வளம் பொருந்திய இடம். ஆனால் விசித்திரசித்தன் தனது தலைநகரத்திலிருந்து இவ்வளவு தொலைவில் ஏன் ஓர் இடத்தைத் தேர்ந்தெடுத்தான் என்று நம்மால் ஊகிக்கவே முடியாது! ஏனெனில் விசித்திரசித்தன் அப்படிப் பட்டவன்!

'லக்ஷிதா' என்றால் 'தலைசிறந்த நோக்கை உடைய' என்று பொருள். இது மகேந்திரனுக்கான பட்டமும் ஆகும்.

அங்கிருக்கும் சிற்பங்கள் இரண்டு துவாரபாலகர்கள் மட்டுமே. பொதுவாக ஒரே மாதிரியான தோற்றத்தைக் கொண்டிருந்தாலும், உருவ அமைதியில் நுணுக்கமான மாறுதல் கொண்டவை. இந்த அமைப்பு அனைத்துப் பல்லவக் கோவில்களிலும் காணப்படுகிறது.

பின்புறத்துச் சுவரில் மூன்று கருவறைகள் உள்ளன. அவை முறையே பிரம்மா, சிவன், விஷ்ணு உருவங்களுக்காக இருந்திருக்கவேண்டும். இந்த உருவங்கள் சுவரில் ஓவியமாகத் தீட்டப்பட்டிருக்கலாம். அல்லது மரத்தில் தீட்டப்பட்டு, சுவரில் பதிக்கப்பட்டிருக்கலாம்.

வாயில்காப்போன்

மண்டகப்பட்டு குகைக் கோவில் முகப்பு

வாயில்காப்போன் சிலை அருகில் பிரசித்தமான கல்வெட்டு

மாமண்டூர் குகைக் கோவில் 1 - 2 , 3, 4

மாமண்டூர் குகைக் கோவில்கள்

காஞ்சியின் அருகில் உள்ள மாமண்டூரில் நான்கு குகைகள் உள்ளன. இவை இரண்டு ஜோடிகளாக அமைக்கப்பட்டுள்ளன. மேற்கில், பல்லவர்களின் வழக்கப்படி, ஒரு நீர்ப் பாசனக் குளமும் உள்ளது. அருகில் உள்ள கிராமத்திலிருந்து இக்குகைகளை நோக்கிக் குறுகிய வழி ஒன்றில் செல்லும்போது நாம் காணும் காட்சி பிரமிப்பை ஏற்படுத்தும்! தெற்கில் அமைந்திருக்கும் கடைசிக் குகை ஒன்றைத்தவிர மற்றவற்றில் சிறப்பான பல அம்சங்கள் உள்ளன.

வடக்கு குகை நீள வடிவில் அமைந்தது. முக்கியமான நீண்ட கல் வெட்டைக் கொண்டது. அக்கல்வெட்டிலிருந்து நாம் மகேந்திரனைப் பற்றி அறிந்துகொள்ள முடிகிறது. அவன், மத்தவிலாசனப் பிரகசனம், பகவதஜ்ஜுகம் என்ற இரு நாடகங்களை எழுதியுள்ளான் என்று தெரிந்துகொள்ள முடிகிறது. இங்குள்ள காலியான கருவறைமுன் வாயிற்காப்போர் இல்லை.

இரண்டாவது குகையில் மூன்று அறைகள் உள்ளன. அங்குள்ள பிற்காலச் சோழர் கல்வெட்டிலிருந்து அதன் பெயர் ருத்ரவாலீஸ்வரம் அல்லது வாலீஸ்வரம் என்றும், இது சிவன் கோவிலாக இருந்திருக்க வேண்டும் என்பதும் புலனாகிறது. அங்கிருக்கும் துவாரபாலகர் உருவங்களிலிருந்து அக்குகைகள் சிவ, விஷ்ணு, பிரம்மா சன்னிதிகளாக இருந்திருக்கவேண்டும் எனவும் அறிகிறோம்.

மூன்றாவது குகை மிகுந்த பேராசையுடன் ஆரம்பிக்கப்பட்டிருக்க வேண்டும். மேற்குச் சுவரில் ஐந்து சன்னிதிகளும், தெற்கிலும், வடக்கிலும் இரு சன்னிதிகளுமாக இக்குகை ஏழு அறைகள் கொண்டதாக உள்ளது. பல்லவர் குகைகளிலேயே இதுதான் மிக அதிக அறைகள் கொண்டது. ஏதோ ஒரு காரணத்தால் (கல்லில் குறையாகவும் இருந்திருக்கலாம்), கோவில் முடிக்கப்படாமல் நடுவிலேயே நிறுத்தப்பட்டதாகக் காணப்படுகிறது. திருச்சுற்றுக்கு (பிராகாரம்) ஒரு வழி தொடங்கிய அறிகுறிகள் தென்படுகின்றன.

தெற்கில் இருக்கும் நான்காவது கோவில், ஆரம்பத்திலேயே நிறுத்தப்பட்டுள்ளது. இதுவும் இயற்கையாகக் கல்லில் இருந்த குறையால் நிறுத்தப்பட்டிருக்கலாம். முடிக்கப்படாத பணியைக் கொண்டு, மூன்று கருவரைகளுக்காகத் திட்டமிடப்பட்டிருப்பது தெரிய வருகிறது.

குரங்கணில்முட்டம் - கல் மண்டகம்

இதுவும் காஞ்சிக்கு அருகில் உள்ளது. இங்கும் மகேந்திரனின் மாறுபட்ட முயற்சியின் காரணமாக ஏழு அறைகள் கொண்ட குகை எழுப்பப்பட்டுள்ளது. தொடர்ந்து மூன்று மற்றும் நான்கு அறைகளை எழுப்ப முயன்றிருப்பது தெரிகிறது. இங்குள்ள குகை, மற்ற பல்லவக் குகைகள் போல் அல்லாது தரைமட்டத்துக்கு நான்கு அடிகள் கீழே அமைக்கப்பட்டுள்ளது. பல்லவர் காலத்துக்குப்பின் செதுக்கப்பட்ட ஒரு கல்வெட்டிலிருந்து இதன் பெயர் 'கல் மண்டகம்' எனத் தெரிகிறது.

குரங்கணில்முட்டம் - கருவறையும் வாயில்காப்போரும்

குரங்கணில்முட்டம் - முகப்பு

மகேந்திரவாடி - மகேந்திர விஷ்ணு கிருகம்

வேலூர் மாவட்டத்தில் சோளிங்கூர் அருகில் உள்ள கோவில் இது. ஒரு தனியான சிறு குன்று மகேந்திரவர்மனின் கவனத்தை ஈர்த்திருக்கலாம். மகேந்திர தடாகை அருகில் உள்ள இக்கல்லில் அமைக்கப்பட்ட இந்த 'அளவில் சிறந்த சன்னிதி முராரிக்காக வெட்டப்பட்டது' என்று அறிவிக்கும் கிரந்த எழுத்திலான சமஸ்கிருத சுலோகம் காணப்படுகிறது. மகேந்திரனால் உண்டாக்கப்பட்ட மிகச் சில விஷ்ணு கோவில்களில் இது ஒன்று. தூண்களில் தாமரை வடிவிலான பதக்கங்கள் செதுக்கப்பட்டுள்ளன. துவாரபாலகர்கள் விஷ்ணுவின் அடையாளங்களுடன் அமைக்கப்பட்டுள்ளனர்.

கல்வெட்டு

மகேந்திரவாடி குகைக் கோவில்

தளவானூர் – சத்ருமல்லேஸ்வராலயம்

செஞ்சி-விழுப்புரம் சாலையில் பிரிந்து செல்லும் ஒரு பாதையின் மூலம் சென்றால் இந்த ஆலயத்தை அடையலாம். தெற்கை நோக்கி அமைந்துள்ள இதைப் பற்றி, 'குன்றின் மீது உள்ள சத்ருமல்லேஸ்வராலயம் எனும் இக்குடைவரைக் கோவிலைத் தன் படைவலியால் அரசுகளை எளியவர்களாக்கிய நரேந்திரனான சத்ருமல்லன் உருவாக்கினான்' என அறிவிக்கும் கல்வெட்டில் காணலாம். மலையின்மீது சமணர் படுக்கைகள் அமைக்கப்பட்ட இயற்கைக் குகையும் இங்குள்ளது.

தளவானூர் குகைக்கோவில் முகப்பு

தளவானூர் குகைக்கோவில் கருவறை

இக்கோவிலில் இரண்டு வாயில்காப்போர், தாமரை பதக்க அலங்காரம் கொண்ட தூண்கள் ஆகியவற்றுடன் மகர தோரணமும் காணப்படுகிறது. சிற்பக்கலையில் சிறந்திருக்கும் கூடுகளும் காணப்படுகின்றன. கிழக்கு நோக்கியிருக்கும் அறையின்முன் சிறு மண்டபம் உள்ளது. இந்த அமைப்பு மாமல்லபுரத்தின் மகிஷாசுர மர்த்தினி மண்டபத்திலும் காணப்படுகிறது.

திருச்சிராப்பள்ளி – லலிதாங்குர பல்லவ கிருகம்

இங்கு மிகவும் உயரமான மலையின் கடினமான இடத்தை மகேந்திரன் தேர்ந்தெடுத்துள்ளான். அவனது புலமையும் எழுதும் திறமையும் இங்கே காணக் கிடைக்கிறது. 'லலிதாங்குர' என்பதற்கு 'ஈர்க்கும் அழகினைக் கொண்ட அரசகுமாரன்' என்பது பொருள்.

மகேந்திரனின் இந்த பட்டப் பெயரைத் தாங்கிய இக்குகைக் கோவிலில் துவாரபாலகர்களைத் தவிர மனத்தைக் கவர்வது கங்காதரன் சிற்பம். மாமல்லபுரத்தின் அர்ச்சுனன் தவம் போன்ற சிற்பங்களின் முன்னோடி என்று இதனைக் கருதலாம்.

லலிதாங்குர பல்லவ கிருகம் முகப்பு

இங்கு சிவன் தன் பரிவாரங்களுடன் கங்காதரனாகக் காட்டப்படுகிறான். ஆனால் இந்தச் சிற்பங்கள் அனைத்தும் அரச உடைகளில் காணப்படுவது ஒரு புதிராகவே உள்ளது.

இரண்டு பக்கங்களிலும் எழுதப்பட்டுள்ள எட்டு அடிகளைக் கொண்ட ஒரு கவிதை மகேந்திரனின் கவியாற்றும் தேர்ச்சியைக் காட்டுவதாக உள்ளது. இச் சிற்பத்தின் மர்மமும் இக் கவிதையால் நமக்கு வெளிப்படுகிறது. இரு பொருளைத் தன்னுள் கொண்ட சிலேடையாக இக்கவிதை அமைந்துள்ளது.

குணபர, புருஷோத்தம, சத்தியசந்த என்ற தன் பட்டப்

கங்காதரர் சிற்பத் தொகுதி

பெயர்களை மகேந்திரன் சாமர்த்தியமாக சிவனையும் தன்னையும் ஒருசேரக் குறிப்பதாகக் கையாண்டுள்ளான்.

தனக்குத்தானே பட்டங்கள் சூட்டிக்கொள்வதில் இவன் சமர்த்தன்! அவனது சுமார் 130 பட்டங்களில் 80 பட்டங்களை இங்கே தூண்களில் காணலாம்!

சீயமங்கலம் - அவனிபாஜன பல்லவ கிருகம்

சீயமங்கலம், திருவண்ணாமலை மாவட்டத்தில் உள்ள ஒரு சிற்றூர். இக்கோவிலின் பிற்காலக் கட்டமைப்பால், மூல குகைக் கோவில் கட்டப்பட்டபோது எவ்வாறு இருந்தது என்பதைச் சொல்ல முடியாமல் போய்விட்டது. இங்குள்ள பாசன ஏரியில் ஒரு தூண் நிறுவப்பட்டுள்ளது. இதன் காரணமாக இந்தப் பிற்காலக் கோவிலின் மூலவருக்கு ஸ்தம்பேஸ்வரர் என்ற பெயர் வந்திருக்கலாம். 'அவனிபாஜன' என்பது மகேந்திரனின் பட்டங்களில் ஒன்று.

அழகான சிற்பங்களாக அமைந்துள்ள துவாரபாலகர்களைத் தவிர தூண்களிலும் முகப்பின் பிறைகளிலும் சிறந்த பல சிற்பங்கள் இங்கு உள்ளன. முகப்பின் இரு பிறைகளிலும் வீராவேசத்துடன் காணப்படும்

குகைக்கோவிலின் முன் கட்டப்பட்ட பிற்காலத்துக் கோவில்

துவாரபாலகர்

தூணில் நடராஜர்   தூணில் ரிஷபாந்திகர்

இரு வீரர்களின் உருவங்கள் உள்ளன. அவற்றின் உடையணிகள் ஒரே மாதிரியாக உள்ளன. கீழாடை, உழைப்பாளிகள் சாதாரணமாக அணிவது போன்று உள்ளது. காதணிகள் பத்திர (இலை), மகர குண்டலங்களாக உள்ளன. தலைமுடி சடையாகக் கட்டப்பட்டுள்ளது. இயற்கையாகவும் இயங்குதன்மையுடனும் காணப்படும் இவ்வுருவங்கள் பல்லவ முத்திரையைக் கொண்டவை. வலப்புற வீரன் கையில் தடியும் இடப்புற வீரன் கையில் கேடயமும் காணப்படுகின்றன.

தூண்களின் மேற்பகுதியில் காணப்படும் சிவனது உருவங்கள் கவனத்தை ஈர்ப்பன.

தமிழ் நாட்டின் சிறப்பம்சமான நடராஜரின் தாண்டவம் இங்கேதான் முதன்முதலாகத் தோன்றுகிறது. இந்த அமைப்பில், சாதாரணமாக நடராஜ உருவத்தின்கீழ் காலருகில் காணப்படும் முயலகன் காணப்பட வில்லை. மேலே உள்ள கைகளில் அக்னியும் கோடரியும் இருக்க, கீழே உள்ள கைகள், அபய முத்திரையும் லோலஹஸ்த முத்திரையும் கொண்டவையாக உள்ளன. கேசக் கற்றைகள் இருமருங்கிலும் அலைகளாகக் காட்டப்பட்டுள்ளன. மூன்று கண்களுடன், சிவன் தன் சடைமகுடத்தில் பிறை சூடியிருக்கும் இந்தக் கோலத்தை பிற்கால சோழ வெண்கலச் சிலைகளின் முன்னோடியாகக் கருதலாம். ஒரு சிவகணம் தவிலுடனும் மற்றொரு கணம் தொழும் வகையிலும் உள்ளன. தரையில் ஒரு நாகம் சுருண்டு படமாடுகிறது.

மற்றொரு தூணில் நான்கு கைகளுடன் சிவன் ரிஷபாந்திக உருவத்தில் (காளையின்மீது சாய்ந்தபடி) உமையுடன் காட்சி அளிக்கிறார். நந்தியும் திரிசூலத்துடன் அருகில் உள்ளதைப் பார்க்கலாம். சிவன் தன் வாகனத்தின்மீது சாய்ந்திருப்பதையும் பார்வதி தன் வலக்கையில் தாமரைப் பூவைப் பிடித்திருப்பதையும் காணலாம்.

பின்னர் வந்த சந்ததிகள்

மகேந்திரனின் கலைப்பணி அவனுடன் முடிந்துவிடவில்லை. அவனது வழி வந்தோர் அவனைப்போலவே கலை ஆர்வத்தால் உந்தப் பட்டவர்களாகப் பரிணமித்தனர். தமது கலையார்வத்தைக் கோவில் கட்டுமானத்தில் இன்னும் அதிகமாகக் காட்ட ஆரம்பித்தனர். மகேந்திரனின் மகன் நரசிம்மப் பல்லவன் (கி. பி. 630-680) தனது கலையார்வத்தைக் காட்டத் தேர்ந்தெடுத்த இடம் கடலருகில் இருந்த மாமல்லபுரம்! அந்த இடமே அவன் பெயரால் அமைந்தது!

நரசிம்மன், பெரும் போர்வீரனும் அரசாண்மை கொண்டவனும் மட்டுமல்லன், கலை ஆர்வத்திலும் கோவில் கட்டுமானப் பணிகளிலும் நிகரற்றவனாக விளங்கினான். இவனே மாமல்ல புரத்தில் உள்ள அனைத்துக் கோவில்களையும் உண்டாக்கியவன் என்று கருதுவோர் உண்டு. மாற்றுக் கருத்துகளும் உள்ளன.

தனது தந்தையைப் போலக் குடைவரைக் கோவில்களைக் கட்ட ஆரம்பித்த இம்மன்னன் இதுவரை பார்த்திராத வகையில் புது வழிகளையும் கண்டான். தூண்களிலும் சிற்ப அலங்காரத்திலும் புது வகையான, அழகு மிகுந்த கலை நுணுக்கங்களைப் புகுத்த முற் பட்டான். பஞ்ச பாண்டவ ரதங்கள் போன்ற ஒற்றைக்கல் கோவில்கள் அதுவரை அறியப்படாத ஒரு புதுமை. அதேபோல, அர்ச்சுனன் தவம் போன்ற புடைப்புச் சிற்பங்கள் அதுவரை கையாளப்படாத சிற்பக்கலை மட்டுமல்ல, பின்னர் எங்குமே காணப்படாதவையும் கூட! கலை நுணுக்கத்தில் இம்முயற்சிகள் எங்கும் தாண்டப்படவும் இல்லை!

அவனது மகன் இரண்டாம் மகேந்திரன், (கி. பி. 668-672) சிறிது காலமே ஆண்டதால், அவனால் தொடர்ந்து கலைத் தொண்டாற்ற முடியாமல் போயிருக்கலாம். அடுத்து வந்த முதலாம் பரமேஸ்வரன் (கி. பி. 672-700) என்ற நரசிம்மனது பேரன், தனது மூத்தோரைப் போன்றே கட்டடக் கலையில் ஆர்வம் காட்டினான். நரசிம்மனது முடிவு பெறாத பல கோவில்களை இவனே முடித்து வைத்தான். கணேச ரதம்

அவனது சொந்த முயற்சி. அவனது மகனான இரண்டாவது நரசிம்மன் (கி.பி. 700-728), ராஜசிம்மன் என்று அறியப்பட்டவன், கட்டடப் பணியில் மேலும் சிறந்து விளங்கினான்.

மாமல்லபுரத்துக் கடற்கரைக் கோவில்களும் காஞ்சியின் கைலாசநாதர் கோவிலும் இவனது கைவண்ணமே. மாமல்லையைப் பொருத்த வரை, இவன் காலத்துடன் பல்லவர் காலத்து கலைப் பணிகள் முடிந்து விடுகின்றன.

பல்லவப் பாரம்பரியம்

குகைக் கோவில்கள்தாம் தென்னிந்தியாவில் கல்லில் உருவாக்கப் பட்ட முதல் கோவில்கள். மகேந்திரன்தான் இதில் முதல்வன் என்று சொல்ல முடியாது. அவனது எதிரிகளான சாளுக்கியர்கள் இம் முறையை அவனுக்கு முன்பே பின்பற்றியிருந்தனர். ஆனால் அவர்கள் பல்லவர்கள்போல் கடினமான கருங்கல்லில் தமது குகைக்கோவில்களை உருவாக்கவில்லை. பல்லவர்களின் மகத்தான கொடை, ஒற்றைக்கல் கோவில்களே. இதற்குப் பிறகே ராஷ்டிரகூடர் கள், எல்லோராவில் சிறந்த முறையில் கைலாசநாதர் கோவிலை உருவாக்கினார்கள். ஆனால் அர்ச்சுனன் தவத்தைப் போன்ற திறந்த வெளிப் புடைப்புச் சிற்பங்கள் வேறு எங்கேயும் காணக் கிட்டாத சிற்பத் திறமை.

கலைத் தேர்ச்சியிலும், தெய்வீக உணர்விலும், அரசியல் அமைப் பிலும் பல்லவர் காலம் தனித் துவமும் முக்கியத்துவமும் பெற்ற, தன்னிச்சையாகத் தோன்றி உச்சியை அடைந்த ஓர் எழுச்சி. காஞ்சீபுரத்து, மாமல்லபுரத்துக் கோவில்களைத் தவிர பல்லவர்களின் பல கட்டு மானப்பணிகள் உருவங்களில் சிறியவையாகவே அமைந் திருந்தன. ஆனால் அவற்றின் தரமோ மட்டற்றதாக இருந்தன! உருவில் சிறிதாயினும் அவை கலையுணர்வில் தன்னிகரற்றவை!

செங்கல்லும் காரையும் கருங்கல்லுக்கு இடமளித்தன

செங்கல்லாலும் காரையாலும் கட்டப்படும் கோவில்களைப் போலவே கருங்கற்களினாலும் செய்ய முடியும் என்பதை தமிழ்நாட்டில் பல்லவர்கள்தாம் நிரூபித்தனர். இன்றைக்கும் அவர்கள் எழுப்பியுள்ள கலைக்கோவில்களில் உள்ள உருவங்கள் உயிரோட்டத்துடன் நமக்குக் காட்சி அளிக்கின்றன. காலத்தால் அவற்றை ஒன்றும் செய்துவிட முடியவில்லை என்பது நமக்குத் தெரிகிறது. கரையோரத்துக் கருங்கல் பாறைகள் அவர்களுக்கு ஓர் அழைப்பாகவும் சாதனைக்கு ஒரு சவாலாகவும் இருந்திருக்கவேண்டும். விளைவு? பஞ்ச பாண்டவ ரதங்கள்!

ராஜசிம்மனின் கலைநோக்கும் தேடுதலும் அவனை இன்னும் புதிய பாணிகளிலும் வழிகளிலும் இட்டுச் சென்றன. சிவப்புக் கல்லில் அமைந்துள்ள முகுந்த நாயனார் கோவில், குன்றின்மீது அமைந்த உழக்கெண்ணெய் ஈஸ்வரர் கோவில் (மருவி ஒலக்கெண்ணேச்வரர் கோவில் ஆனது), கடல் அலைகளின் தொடுதலின் ஊடே காலத்தை வென்று நிற்கும் கருங்கல் கடற்கரைக் கோவில்களை வேறு எங்கே காண இயலும்?

மாமல்லை அருங்காட்சியகம்
படக் கதை

குகைக்கோவில்கள் – எளிமையிலிருந்து...

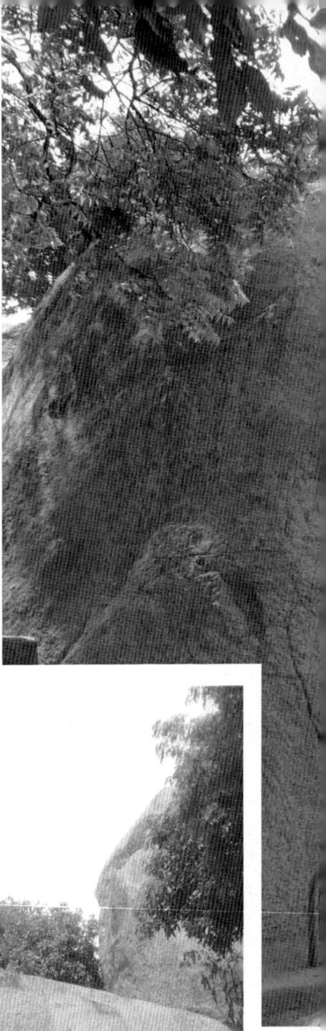

◉ தர்மராஜ மண்டபம்

🛈 வராக மண்டபம்

... நுணுக்கம் மிக்கவை

வெவ்வேறு விதமான ஒற்றைக்கல் கோவில்கள்

தர்மராஜ ரதம்
மூன்றுதள திராவிட
விமானம்

திரௌபதி
ரதம்
குடிசை
போன்ற
கூரை

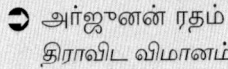

அர்ஜுனன் ரதம்
திராவிட விமானம்

பீம ரதம் ◐
வண்டிக்கூடு போன்ற சிகரம்

◐ சகதேவ ரதம்
நீள்வட்ட விமானம்

வளையங்குட்டை ரதம் ◐
நாகரி விமானம்

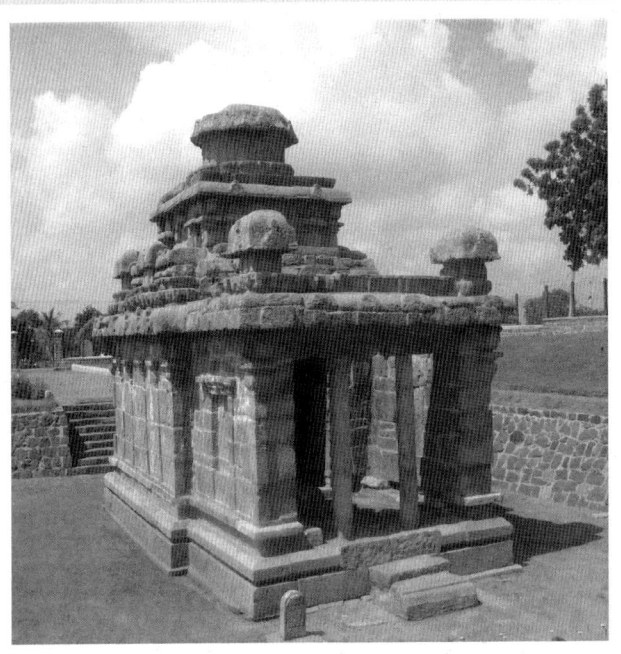

⬆ தரையில்
முகுந்த
நாயனார்
கொவில்

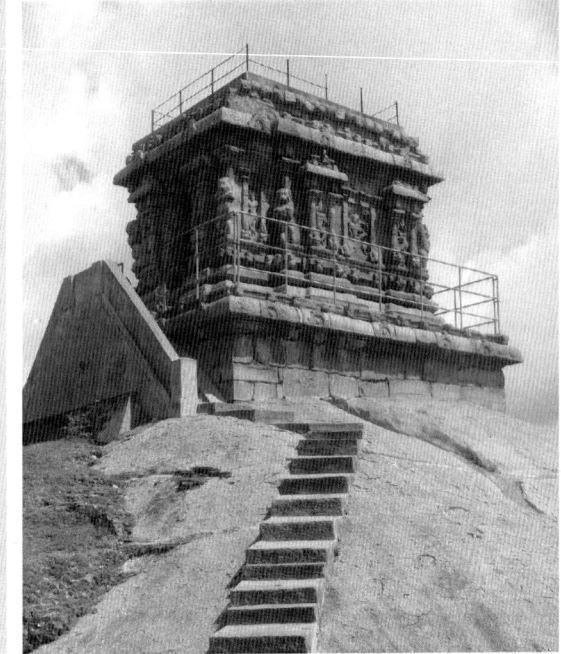

➡ குன்றின்மீது
உழக்கு
எண்ணெய்
ஈஸ்வரர்
கோவில்

கடலோரத்தில் கடற்கரைக் கோவில்கள்

வெவ்வேறு
இடங்களில்
அமைக்கப்பட்ட
கட்டுமானக்
கோவில்கள்

பெருந்தவம் போன்ற
ஈடில்லாக் கலைப்
பொக்கிஷங்கள்

❶ பெருந்தவச் சிற்பத் தொகுதி

சிதறிக்கிடக்கும் எண்ணிலாக் கலைப் பொருட்கள்
கடற்கரைக் கோவில்கள் வளாகம்

▶ சிம்மக் கோவில்

▶ வராகம்

▶ சிறு சிவன் கோவில்

அசாதாரணமான அமைப்புகள்

🜲 சிறு புலிக்குகை

🜲 புலிக்குகை

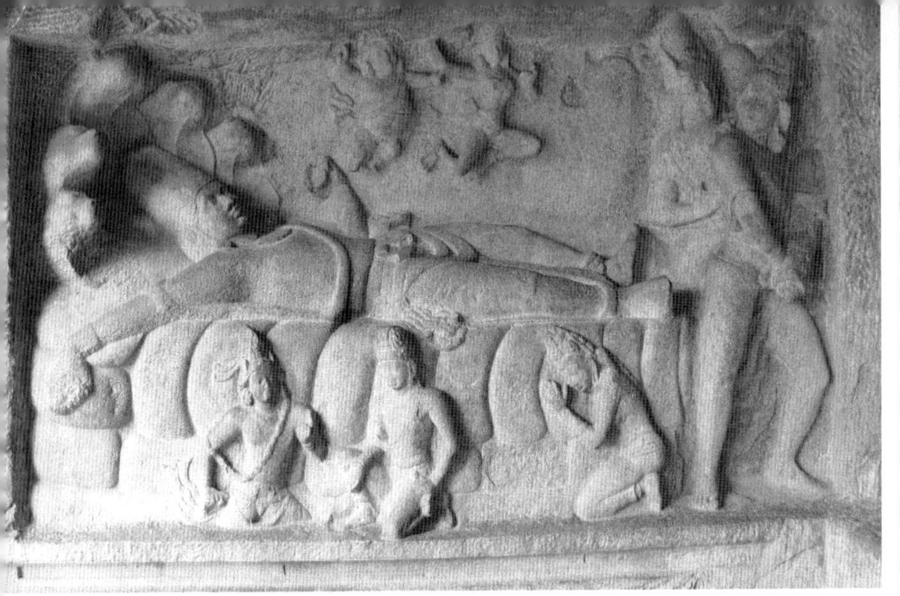

அநந்தசயனம்
மகிஷாசுரமர்த்தினி மண்டபம்

நளினமிக்க சிற்பத்தோதிகள்

வராகம்
வராக மண்டபம்

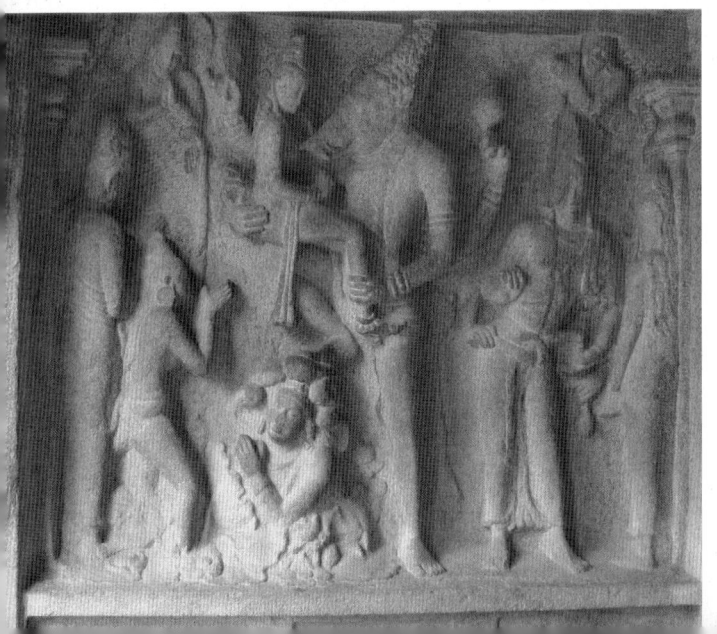

○ திரிவிக்ரமன்
வராக மண்டபம்

⬇
மகிஷாசுரமர்த்தினி
மகிஷாசுரமர்த்தினி
மண்டபம்

அசாதாரணமான அழகுச் சிற்பங்கள்

○ தண்டு ரிஷியுடன் சிவன்
   தர்மராஜ ரதம்

○ சண்டேசனுடன் சிவன்
   தர்மராஜ ரதம்

ரிஷபாந்திக சிவன்
தர்மராஜ ரதம்

❶ தர்மராஜ மண்டபத்தின் கிரந்தக் கல்வெட்டு

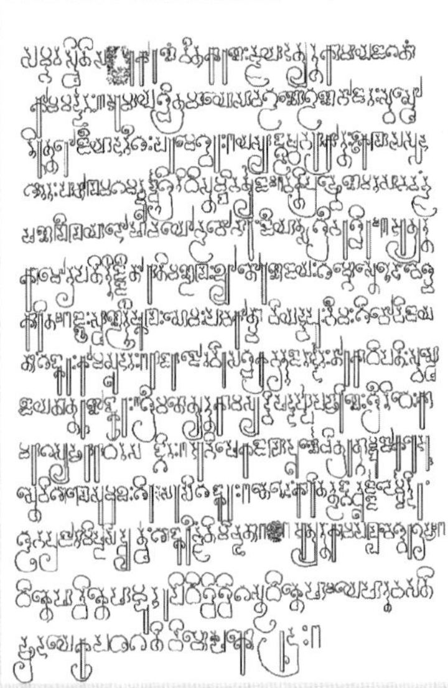

❶ அதிரணசண்ட மண்டபத்தின் தேவநாகரிக் கல்வெட்டு

புதிரான அலங்காரக் கல்வெட்டுகள்

➲ வைணவக் கோவிலில் சைவச் சாபம்

மாமல்லை அருங்காட்சியகம்

ஐக்கிய நாடுகளின் யுனெஸ்கோ அமைப்பு, 1984-ல் மாமல்லையை உலக மரபுச் சின்னமாக அறிவித்தது. அதன் அறிவிப்பில், 'கங்கை ஆகாயத்திலிருந்து இறங்குவது காட்டப்படுவது ஒரு தனித்துவம் வாய்ந்த சிறப்பம்சம். இது பல்லவ கலாசாரத்தின் சாட்சி; இங்கிருக்கும் சிற்பங்களில் மென்மையாகக் காட்டப்பட்டுள்ள அழகின் தன்மை, கம்போடியா போன்ற மற்ற கீழை நாடுகளுக்கும் வழிகாட்டியாக இருந்துள்ளது' எனக் கூறுகிறது.

பல்லவர்களின் எல்லாக் கலையழகும் காட்டப்படும் ஒரே இடமாக மாமல்லபுரத்தைக் கருதலாம். நடை தூரத்திலேயே அனைத்துவிதச் சிற்பச் சிறப்புகளும் காட்டப்படுகின்றன. குகைக் கோவில்கள், ஒற்றைக்கல் கோவில்கள், திறந்தவெளி புடைப்புச் சிற்பங்கள், கட்டுமானக் கோவில்கள் என அனைத்துமே இங்கே காணப்படுவது ஓர் அற்புதக் காட்சி. மேலும் ஒவ்வொன்றும் தனித்துவத்துடன், ஒன்று போல் ஒன்று இல்லாமல் வித்தியாசமான கலையுருவங்களைக் கொண்டிருப்பது, வேறெங்கும் ஒரு சேரக் காணக் கிடைக்காத ஒரு விசித்திரம்! ஆகையால் இதை ஒரு சிற்பக் கலைக்கூடமாகவே கருதலாம்.

கலைப் பசிக்கு இங்கு சரியான இரை அளிக்கப்படுகிறது! அதே நேரம் இங்கு சில பதில் தெரியாத கேள்விகளும் அடங்கியுள்ளன. பெரும்பாலான கோவில்கள் ஏன் முடிவுறாத நிலையிலேயே உள்ளன என்பது அவற்றில் ஒன்று. மேலும் பல கேள்விகளைப் பிற் சேர்க்கையில் காணலாம்.

மாமல்லபுரத்தில் எளியது முதல் நுணுக்கமானது வரை பன்னிரண்டு குகைக்கோவில்கள் உள்ளன. அதேபோல எட்டு ஒற்றைக்கல் கோவில்களும் மூன்று கட்டுமானக் கோவில்களும் ஒவ்வொன்றும் வெவ்வேறு மாதிரியாக அமைக்கப்பட்டுள்ளன.

ஸ்தபதிகளுக்கு ஓர் அஞ்சலி

இந்தக் கோவில்களைப் பார்க்கையில் நாம் இவற்றைக் உருவாக்க உதவிய அரசர்களைத்தான் நினைக்கிறோம். பல்லவ மன்னர் களுக்குத்தான் இதற்கான நன்றிகளைச் சொல்லுகிறோம்; அவர்கள் புகழைப் பாடுகிறோம். ஆனால், அவற்றைக் உருவாக்கிய கலைஞர் களையும் நாம் நினைவுகூர வேண்டியவர்களாக உள்ளோம்.

ஒரு நல்ல சிற்பம் உண்டாக்கத் தேவையானது நல்ல கல் மட்டும்தானா? நிதி தர அரசன் இருந்தால் மட்டும் போதுமா? அதைச் செய்யும் திறமை பெற ஒரு சிற்பி எவ்வளவு காலம் உழைத்திருக்க வேண்டும்? எத்தனை வருடங்கள் ஒரு குருவின்கீழ் பயின்றிருக்க வேண்டும்? ஏனெனில் வடித்த சிற்பங்களில் உணர்ச்சி ததும்ப வேண்டும்; மனத்தில் உண்டான எண்ணங்களைச் சிற்பத்துக்குள் கொண்டுவரவேண்டும்; இவர்களுக்கு ஆயுள் முழுதுமே சிற்பம் செதுக்குவது மட்டும்தான் தொழில்; கடமை. அப்படியானால் அவர்களுக்குக் குடும்ப வாழ்க்கை என்பது கடினமானதாகத்தான் இருந்திருக்கும்; முடிவில் சிலை எப்படி வருமோ என்ற ஐயம்; அதையும் மீறி, இவ்வேலையைத் தனக்கு வழங்கிய அரசன் முடிவடைந்த சிற்பத்தை எவ்வாறு ஏற்றுக்கொள்வான் என்ற திகிலும்கூட.

இன்னொன்றயும் நாம் மனத்தில் இருத்திக்கொள்ளவேண்டும். நாம் எவற்றைச் சிறந்த கலைப் படைப்பாகப் பார்க்கிறோமோ அவை கலைக்காகவே உருவாக்கப்படவில்லை! மக்களின் தெய்வீக உணர்வு பொங்க, அவர்கள் தியானிக்க, தத்துவார்த்தமாக உண்மைகளைத் தெரிந்துகொள்ள என்று உருவாக்கப்பட்டவை. நாம் அவற்றை நோக்குகையில், ஸ்தபதிகளின் உள்ளுணர்வு கொண்டு காணா விட்டால், நம் பார்வையில் அவற்றின் பரிமாணமும் பொருளும் தவறிவிட வாய்ப்புண்டு என்பதையும் மறந்துவிடக்கூடாது!

கல்லிலே அழகைக் காணல்

இங்குவரும் பார்வையாளர்கள் எல்லோருமே கல்லில் கலை வண்ணம் காண்கையில், அவை உண்டாக்கப்பட்ட விவரங்களைக்

காணத் தவறுகிறார்கள். உலகிலேயே உளி கொண்டு செதுக்க மிகக் கடினமான பொருள் கிரானைட் வகைக் கருங்கல்தான். அத்தகைய கடினமான உழைப்பின்போது, சிற்பி, அழகைக் கல்லிலிருந்து வெளிக் கொணர என்ன பாடு படவேண்டி இருந்திருக்கும்? அதை நம்மால் நினைத்துக்கூடப் பார்க்க இயலாது. குடைவரைச் சிற்பங்கள் எல்லாமே கல்லைக் கண்ட இடத்திலேயே உண்டாக்கப்பட்டவை. பிரத்தியேக இடங்களில் செய்யப்பட்டு கொண்டுவந்து வைக்கப் பட்டவை அல்ல. மூலப்பொருள் இருக்கும் இடத்திலேயே அவை செதுக்கப்படவேண்டும் என்பதால், ஸ்தபதி எவ்வளவு கடினமாக உழைத்திருக்கவேண்டும்? சிறிதளவு தவறுகூடச் செய்ய முடியாத நிலை; தவறு நேர்ந்துவிட்டால் திருத்தவும் முடியாது! தவிரவும் மன்னனின் கோபத்துக்கு ஆளாகவேண்டும்! ஆகையால் தன் உளியின் ஒலியினூடே மௌனம் காத்து தனக்கிடப்பட்ட வேலையைச் செய்துகொண்டிருந்த அச்சிற்பியைப் பற்றி நாம் சிறிதாவது எண்ணிப் பார்க்கவேண்டும்.

பல்லவர் சிற்பக்கலை

கலைத்திறன் கொண்ட பல்லவச் சிற்பங்கள் நம்மை மயக்குகின்றன. பார்ப்பவர் மனத்தைத் தொடுகின்றன. ஆகையால் அவை செய்யப் படுவதற்குச் சிறந்த பயிற்சியும் தேர்ச்சியும் இருந்திருக்கவேண்டும். பெருந்தவச் சிற்பத் தொகுதி, மகிஷாசுரமர்த்தினி சிற்பத் தொகுதி போன்றவை நம்மை ஆச்சர்யத்தில் ஆழ்த்தினாலும், சிறிய தனிப்பட்ட சிற்பங்களும் செய்தவரின் திறமையில் தேர்ச்சியைக் காட்டுகின்றன. சிறப்பாக, தர்மராஜ ரதத்தின் மேற்தளத்தில் செதுக்கப்பட்டுள்ள சிற்பங்களைச் சொல்லலாம்.

தவிரவும், சிறிய உருவமைப்பில் செதுக்கப்பட்டுள்ள சிங்கத்தின் வடிவிலான துர்கை கோவில் போன்றவை தனித்தன்மை வாய்ந்தவை. இவற்றை எல்லாம் சாதிக்க ஸ்தபதிகளுக்குத் தனித் தகுதிகள் இருந்திருக்க வேண்டும்; அவர்களது சிந்தனைத் திறனுக்கு முற்றிலும் சுதந்தரம் அளிக்கப்பட்டிருக்கவேண்டும்.

இச்சிற்பங்களில் இயல்புத்தன்மை தெரிவதைக் காணலாம். சாதாரணமான உடல் அமைப்புகள், உடல் வாகுகளுடன், சிற்பியின் சிந்தனைக்கேற்ப சில மாறுதல்கள் காணப்படுகின்றன. ஆரம்பச் சிற்பங்களில் மூக்கு தட்டையாக உள்ளது. பின்னர் செதுக்கப்பட்டவற்றில் அது கூராக உள்ளது. உருவ அமைப்பில் நாம் காண்பது பரந்த மார்பு, உருண்டை முகம் ஆகியவற்றை. பல்லவர்களுக்கே உரிய மென்கலைக்கு உதாரணமாக ஆபரணங்கள்

அதிகம் இல்லை. ஆனால் உடைகள் சற்றுக் கனமாகவே வடிக்கப்பட்டுள்ளன. வெளியுருவக் கலையழகு, அதாவது, தூண்கள் முதலியவற்றில் ஆரம்பத்தில் அதிகமான வேலைப்பாடுகள் இல்லை. தொடர்ந்து உருவாக்கப்பட்டவற்றில், அழகைக் கூட்டவேண்டி பல வேலைப்பாடுகள் சேர்க்கப்பட்டுள்ளன. ஆனால் தொடக்க கால துவாரபாலகர்கள் சிலைகளிலேயே ஒரு மனிதனின் உயிரோட்டமான உடலமைப்பு பற்றி சிற்பிகள் கொண்டிருந்த ஞானம் புலனாகிறது. மகேந்திரனை நரசிம்மன் பின்தொடர்ந்தபோது, சிற்பங்களின் உருவ அமைப்பில் மேலும் அழகு மெருகேற்றப்படுவதைக் காண்கிறோம். பரமேஸ்வரனும் ராஜசிம்மனும் தொடர்ந்து சிற்பச்செறிவில் முன்னேறிக்கொண்டே இருந்திருக்கின்றனர். ஆகையால் அவ்வாறே சிற்பிகளின் ஆர்வத்திலும் முன்னேற்றம் இருந்ததைக் காண்கிறோம்.

அப்போது உருவாக்கப்பட்டவை எல்லாமே, அடிப்படையாக தெய்வீக உருவங்களே. ஆனாலும் ஆங்காங்கே, மனித உருவங்களும் அரச குடும்பத்து உருவங்களும் காணப்படுகின்றன. பக்தர்களின் உருவங்களும் இடையே காணப்படுகின்றன. மகிஷாசுரமர்த்தினி சிற்பத் தொகுதியும் பெருந்தவச் சிற்பத் தொகுதியும் புராணக் கதை நிகழ்வுகளை நிழற்படம்போல நிறுத்திக் காட்டுபவை!

இவற்றில் காணப்படும் உருவங்கள் அழகாகவும், இளமையாகவும், உயிரோட்டத்துடனும் காணப்படுகின்றன. இங்கு அழகில்லா உருவங்களைக் காண்பதே அரிது.

பல்லவச் சிற்பிகள், விலங்குகளின் உருவங்களைச் செதுக்குவதில் மிகவும் கை தேர்ந்தவர்கள்போலும். பொய்த்தவப் பூனை, கவலையின்றி அமர்ந்திருக்கும் மான், கம்பீரமாக நிற்கும் யானைகள் என எல்லாமே அபூர்வமான சிற்பங்கள். இவற்றை அமைப்பதில் சிற்ப சாத்திரத்தில் தடைகள் இல்லை என்றவுடன், சிற்பிகளின் சிந்திக்கும் திறன் அவர்களுக்கு மாபெரும் உந்துதலை அளித்திருந்திருக்கவேண்டும். முக்கியமாக யானைகள். பல்லவர்களுக்கு யானைகள்மீது ஏன் இத்தனை மோகம்? தமது சக்தியையே அறியாது, அவை சுதந்தரமாகத் திரிவதுபோலக் காணப்படுகின்றன. குட்டி யானைகள் தம் பெற்றோரின் அரவணைப்பிலும் பாதுகாப்பிலும் கவலையின்றிக் காட்டப்படுவது சிற்பியின் திறன் அன்றோ! எவரால் இத்திறமையை வெல்ல இயலும்?

மொத்தத்தில், பல்லவர்களின் வசீகரத்தையும் அவர்கள் இந்தியக் கலாசாரத்துக்கு அளித்திருக்கும் பொக்கிஷத்தின் அளவையும் வேறு எவரும் தாண்டவில்லை; ஏன், எட்டக்கூட இல்லை என்பதே உண்மை.

மாமல்லபுரத்து அழகை ரசிப்பது எப்படி?

மாமல்லபுரத்தில் சில சிற்ப முறைக் கட்டுப்பாடுகள் காணப்பட்டாலும், காலத்தைப் பொருத்தவரையில், ஆகம சாத்திரங்களின் ஆரம்பகாலமாக இருந்ததால், ஆகம விதிகள் கடுமையாகக் கடைப்பிடிக்கப்படவில்லை என்றே நினைக்கத் தோன்றுகிறது. இந்த உண்மையைப் புரிந்துகொண்டால், சிற்பங்களை ரசிப்பது எளிதாகும்.

சிற்பத் தொகுதிகளில் தோன்றும் தெய்வங்கள், தேவர்கள், ஆகாயத்தில் பவனிவரும் சந்திர சூரியர்கள், மனிதர்கள், அசுரர்கள், பாதாளத்தில் இருப்போர் என்று வெவ்வேறு ரகங்களைச் சேர்ந்தவர்களைக் காண்பிக்கும் சில வழிமுறைகளையும் நியதிகளையும் அறிந்து கொள்ளவேண்டும். உதாரணமாக, வெவ்வேறு தளங்களில் உருவங்கள் இருக்கையில், மேல்தளத்தில் தெய்வங்களும் தேவர்களும் இருப்பர். பூமியின் மாந்தர்களும் மிருகங்களும் கீழ்த் தளங்களில் காணப்படுவர். இதை வராக மண்டபத்திலும் காணலாம்.

அதே போல, காற்று, நீர், ஆகாயம் முதலியன சில குறியீடுகள் மூலமாகக் காட்டப்படுகின்றன. மேகங்களின் வரைகோடுகள் ஆகாயத்தைக் குறிக்கும். வளை கோடுகளுக்கு நடுவே மொட்டுகள், தாமரை இலைகள் முதலியன நீர்நிலையைக் குறிப்பவை. அடுக்கப்பட்ட திட்டுக் கற்கள் மலைகளையும் குன்றுகளையும் குறிப்பன.

பாரம்பரிய இந்திய சிற்பக் கலையில் சிற்பங்கள் யாவும் காரை பூசப்பட்டு வர்ணம் அடிக்கப்பட்டிருந்திருக்கிறன. காலப்போக்கில், இவை மறைந்து வெறும் கற்களே இன்று காணப்படுகின்றன. அவை முழுமையான வண்ணம் தீட்டப்பட்ட நிலையில் எப்படி இருந்திருக்கும் என்பதை ஊகிக்கவேண்டிய நிலையில் நாம் உள்ளோம். பூச்சுகள் இல்லாமலேயே இவ்வளவு அழகைக் கொண்டிருக்கும் இவை வண்ணப் பூச்சுகளுடன் எவ்வாறு இருந்திருக்கும் என்ற எண்ணம்தான் நம்மை வியக்க வைக்கிறது!

உருவ தோரணை

உருவச் சிற்பங்கள் அனைத்தையுமே அடிப்படையில், ஒற்றுமை கொண்ட இரண்டு வகைகளாகப் பிரிக்கலாம். கருவறைகளில் காணப்படுபவை தொழப்படவேண்டியவை; அவை ஆகம விதிகளின் படி, அசைவின்றி, சம பங்க அமைப்பிலும் வலதுகை அபய

முத்திரையுடனும் இடது கை இடுப்பில் வைக்கப்பட்ட நிலையிலும் (கட்யாவலம்பித ஹஸ்த) காணப்படும்.

இவற்றைத் தவிர, தெய்வீக உருவங்களை, புடைப்புச் சிற்பங்களாக, மல்லை முழுவதிலும் காணலாம். அவை பாவத்துடன் உள்ளன. சாந்தமான தோற்றம் முதல் அகோர, ரௌத்திர உருவங்கள் வரை எல்லா நிலைகளிலும் காணப்படுகின்றன. அவை சமபங்க, த்விபங்க, த்ரிபங்க, அதிபங்க நிலைகளில் காணப்படுகின்றன. இச்சிலைகளைக் காண்கையில் அவை தத்ரூபமாக, எழுந்து வரத் தயாரான நிலையில் இருப்பவை போலத் தோன்றுகின்றன!

உயிரோட்டத்துடன் காணப்படும் இச்சிற்பங்கள் அக்காலக் கலைத் திறமையின் உயர்வைக் காட்டுகின்றன. அக்காலத்தின் சிற்பச் செயல்பாட்டின் உருவ அமைப்புகளையும் நிலைகளையும் சரியாகத் தெரிந்துகொள்ள மல்லை ஓர் ஆய்விடமாக அமைகிறது என்றால் அது மிகையாகாது.

உடைகளும் அணிகளும்

இங்கு காணப்படும் சிற்பங்களின் ஆடைகள் எல்லாம், தைக்கப்படாத, நீண்ட அங்கிகளே. அனைவரும் அணிந்திருப்பது அந்தரியம் எனப்படும் கீழுடை. அது இரு வகைப்பட்டது: ஒன்று கச்சை எனப்படும் அரை உடை. இரண்டாவது கோவணம் போன்றது, இடுப்பைச் சுற்றி இறுக்கமாக அணியப்படுவது.

சில சிற்பங்களில் இடுப்பைச் சுற்றி அணியப்படும் தளர்ந்த அங்கி காணப்படுகிறது. இடுப்பைச் சுற்றி அணியும் உதரபந்தம், மேலணியான உத்தரியம் போன்றவற்றையும் காணலாம். மேலணிகள், பூணூல் போலத் தோளிலிருந்து தொங்கவிடப் படுவதும் உண்டு. பூணூல், முறுக்கேற்றப்பட்ட துணி போலவோ அல்லது நூல் போலவோ இருக்கும். துணியால் ஆன பூணூல் என்றால், இவை முடிச்சுகளுடனோ அல்லது கொக்கியால் பிணைக்கப் பட்டிருப்பது போலவோகூடக் காணப்படும்.

சிவ உருவங்கள் சடைமகுடத்துடன் (தலைமுடியையே முறுக்கிக் கட்டியபடி) காணப்படுகின்றன். மற்ற தெய்வ உருவங்கள் மகுடங்கள் அணிந்துள்ளன. அவை கிரீட மகுடங்கள் அல்லது கரந்த மகுடங் களாக உள்ளன.

பிற்காலத்தில், பிற இடங்களில் செதுக்கப்பட்டுள்ள உருவங்களில் இருப்பதைவிட மல்லையில் காணப்படும் சிற்பங்கள், குறைவான

அணிகளுடனேயே உள்ளன. கண்டிகை என்பது கழுத்தில் அணியப்
படும் அணி. சில உருவங்கள், கைகளில் வளையல்கள் அணிந்
துள்ளன. காதணிகள் இரண்டு வகைப்பட்டவை. அவை நீண்டு
தொங்கும் மகர குண்டலங்கள் அல்லது பத்திர (இலை) குண்டலங்கள்.

சிற்பத் தொகுதிகள்

கண்களைக் கவரும் சிற்பத் தொகுதிகளான பெருந்தவத் தொகுதியும் வராக மண்டபத்துப் புடைப்புச் சிற்பங்களும் தத்துவ அறிவுடனும் சிறந்த பொருளுடனும் ஆக்கப்பட்டவை. ஸ்தபதிகள் இவற்றை உண்டாக்கியிருக்கும் விதம் நம்மை ஆச்சர்யத்தில் ஆழ்த்தும். சிற்ப சாஸ்திரங்கள் சிலை அமைப்பைப் பற்றியும், அவை நிற்கும், அமரும் நிலைகளைப் பற்றியும் விரிவாகக் கூறுகின்றன. ஆனால் அவை, கதை சொல்லும் முறையையோ, உருவங்கள் கதாபாத்திரங்களாக உணர்வு பூர்வமாக அமைக்கப்படுவது பற்றியோ கூறுவதில்லை. அது சிற்பியின் சிந்தனைச் சக்திக்கு விடப்பட்டுள்ளது.

ஆகையால் நமது சிற்பிகளின் திறமையைக் குறித்தும், அவர்களது பயிற்சி முறைகளைப் பற்றியும் நம்மால் வியக்காமல் இருக்க முடியாது!

குகைக்கோவில்கள் : ஒரு பார்வை

நம் நாட்டின் பல பகுதிகளிலும் குன்றுகளில் குடையப்பட்ட வழிபாட்டு இடங்கள் காணப்படுகின்றன. அவை மண்டபங்கள் அல்லது குகைக் கோவில்கள் என்று அறியப்படுகின்றன். மாமல்ல புரத்துக் கோவில்களும் தென்னகத்தின் பல இடங்களில் இருப்பது போல, தூண்களால் தாங்கப்பட்டு மண்டபத்துக்குள் கருவறை கொண்டவையாகவே உள்ளன. மண்டபம் இரண்டு பகுதிகளாகப் பிரிக்கப்பட்டு இருக்கலாம். முன்பக்கத்தில் இருப்பது மகா மண்டபம் எனவும், பின்னர் இருப்பது அர்த மண்டபம் எனவும் அழைக்கப்படும். மாமல்லையில் இருப்பதுபோல கருவறைகள் ஒன்றிலிருந்து ஐந்துவரை அமைக்கப்படலாம். ஆனால் மத்தியக் கருவறையில்தான் கோவிலின் பிரதான தெய்வ உருவம் இருக்கும்.

ஆரம்பகாலத்துக் கோவில்கள் எளிமையானவையாக இருந்தன. அவற்றில் இருந்த ஒரே சிற்பங்கள், துவாரபாலகர் உருவங்கள் மட்டுமே. அவற்றில் உள்ள தூண்கள், அதிக வேலைப்பாடு இல்லாதவை, தடிமனானவை. தூணின் இடைப் பகுதி எண் கோணமாகவும் அதற்கு மேலும் கீழும் சதுர வடிவம் கொண்டதாகவும் இருக்கும். இவை 'மகேந்திரன் தூண்கள்' என்று அறியப்படுகின்றன. மேல்தளத்தைத் தாங்க வசதியாக தண்டியக்கட்டைகள் செதுக்கப்பட்டிருப்பதைக் காணலாம். தர்மராஜ மண்டபத்தை, அவ்வகையில், ஆரம்பகாலக் கோவில்களில் ஒன்றாகக் கொள்ளலாம்.

காலம் செல்லச் செல்ல, தூண்கள் அழகுபடுத்தப்படுவதைக் காணலாம். மகேந்திரன் காலத்துத் தடிமனான சதுரத் தூண்கள்

இப்போது, உருளையாக ஆகிவிடுகின்றன. கீழே ஓர் அடித்தளம், மேலே உருளை வடிவமைப்பு, அலங்காரத்துடன் கூடிய தண்டியக்கட்டை ஆகியவை புழக்கத்துக்கு வருகின்றன. கோனேரி மண்டபத்துப் பின் புறத் தூண்கள் இதற்குச் சிறந்த உதாரணம். தொடர்ந்து, உட்கார்ந்த சிங்கத்தை அடித் தளமாகக் கொண்ட தூண்களைப் பார்க்கி றோம். இதை வராக மண்டபத்தில் காணலாம்.

ஆரம்பகால அமைப்பான தர்மராஜ மண்டபத்தின் சமன்கூடச் செய்யப்படாத முகப்பு தொடர்ந்து மாறுவதை நீங்கள் பார்க்கலாம். இவை பின்னர் அழகுபடுத்தப் பட்டு, திரிமூர்த்தி மண்டபம் போன்று அலங்கார அமைப்புகளுடன் காணப் படுகின்றன. மேலும், உள்பக்கத்துச் சுவர் களில், புடைப்புச் சிற்பங்கள் அமைக்கப் படுகின்றன. இவை புராணக் கதைகளின் அடிப்படையில் அமைந்தவையாக உள்ளன.

ஆரம்பத்தில் மூலக்கடவுள் உருவம் கருவறைச் சுவரில், சித்திரமாகவே தீட்டப்பட்டிருந்திருக்கிறது. மரத்தில் செதுக்கப்பட்ட உருவங்களும் இருந்திருக்கலாம். சித்திரங்களும் மர உருவங்களும் காலத்தால் மறைந்துவிட்டதால் இப்போது நாம் வெற்றுச் சுவர்களையே காண்கிறோம். ஆனால் திரிமூர்த்தி மண்டபத்திலும். திரௌபதி ரதத்திலும் மட்டும் கருவறைச் சுவரிலேயே கடவுள் உருவம் புடைப்புச் சிற்பமாகச் செதுக்கப்பட்டுள்ளது. கருவறைகள் சாதாரணமாக, துவாரபாலகர்களால் காக்கப்படுகின்றன். கருவறைத் தெய்வம் பெண்ணாக இருந்தால், காவலர்களும் பெண்களாகவே உள்ளனர்.

மாமல்லபுரத்தில் பத்துக்கும் மேலான குகைக் கோவில்கள் உள்ளன. அவை வெவ்வேறு முற்றுப் பெறாத நிலைகளில் உள்ளன. கோடிக்கல் மண்டபம் மிக எளிமையானதாகவும் ஆதிவராக மண்டபம் சிற்பச் சிறப்பின் முடிவை அடைந்ததாகவும் உள்ளன. பெரும்பாலான குகைக் கோவில்கள் மாமல்லபுரத்தின் தெற்கு-வடக்காக உள்ள பெரும் குன்றிலேயே செதுக்கப்பட்டுள்ளன. சற்று தொலைவில் உள்ள சாளுவக்குப்பத்திலும் இரு குகைக் கோவில் களைக் காணலாம்.

கோடிக்கல் மண்டபம்

ஒரே அறையுடன் கூடிய எளிய கோவிலான இது துர்கைக்கு எழுப்பப் பட்டது. காலியாக இருக்கும் கருவறையை இரு பெண் துவார பாலகர்கள் காக்கின்றனர். இருவரும் மெலிதான, வசீகரமான உருவம் கொண்டவர்களாக உள்ளனர். எடுப்பான நிலையில் நிற்கும் இவர்கள் கிட்டத்தட்ட ஒரே மாதிரியாக இருந்தாலும் சில மாறுதல்களைக் காண முடிகிறது. ஒரு பெண் ஒரு தடியின்மீது கை வைத்திருக்கிறாள். மற்றொருத்தி வில்லைக் கையில் கொண்டவளாக உள்ளாள். மார்பில் ஒரு கச்சையும் இடுப்பில் ஒரு கச்சையும் அணிந்துள்ளனர். பாவாடை போன்ற கட்டுத்துணியையும் காணலாம். சடைமகுடத் தலைமுடியும் அணி அலங்காரமும் கொண்டவர்களாக இருக்கின்றனர்.

கருவறையும்
பெண் வாயில்காப்போரும்

கோடிக்கல் மண்டபம்
முகப்பு

கோனேரி மண்டபம்

கோனேரிப் பள்ளம் என்று இன்று அறியப்படுகிற ஒரு குளத்தின் முன்பாக உள்ளதால், இக்கோவில் இப்பெயரைச் சமீப காலத்தில் பெற்றிருக்கலாம். அதைத் தவிர, மாமல்லபுரத்தின் ஒரே ஐந்து அறைக் கோவிலாக இருப்பது இதன் மற்றொரு சிறப்பு. இதன் கருவறைகளில் எந்தெந்த தெய்வ உருவங்கள் இருந்திருக்கலாம் என்பது ஓர் ஊகமே!

பல்லவர்கள் நம்மைத் தூண்டிவிட்டு வேடிக்கை பார்ப்பது போலவே இந்த மண்டபம் உள்ளது. ஏனெனில் இதன் முன்பக்கத் தூண்கள் குறுக்குவெட்டில் சதுர வடிவமானவை. ஆனால் இரண்டாவது வரிசையிலோ அலங்கரிக்கப்பட்ட வட்ட வடிவத் தூண்கள் உள்ளன. ஒரே கோவிலில் இரு மாதிரிகள்! ஆகையால் தூண்களை வைத்து காலக் கணக்கீடு செய்யும் முறை இங்கு தோற்றுவிடுகிறது!

ஐந்து கருவறைகளும் தனித் தனியாக இரண்டிரண்டு துவாரபாலகர் களால் காக்கப்படுகின்றன. இங்கேயும் துவாரபாலகர் உருவங்கள் பொது அமைப்பில் ஒரே வகையாக இருப்பினும், நுண்மையான விவரங்களில் வேறுபட்டுள்ளன. அவை சடைமகுடம் தரித்து, இரண்டு கொம்புகளுடன், தடிமனான கழிகளுடன் சிவ நியதிகளுடன் உள்ளன. இடது பக்கம் இருக்கும் ஒரு துவாரபாலக உருவம் முற்றிலுமாகவும் மற்றொன்று பகுதியாகவும் சிதைக்கப்பட்டுள்ளன.

கோனேரி மண்டபம் முகப்பு

கோனேரி மண்டபம் - ஐந்து கருவறைகள்

தர்மராஜ மண்டபம்

தடிமனான சதுரத் தூண்களையும் ஆபரணங்கள் இல்லாத உருவங்களையும் பார்க்கும்போது, இது ஆரம்பகாலக் கோவில்களில் ஒன்று என்றே தோன்றும். இங்கும் துவாரபாலகர்களில் பல்லவ முத்திரையைக் காண்கிறோம். இவை இரண்டும் பிற்காலத்தில் முற்றிலுமாகச் சிதைக்கப்பட்டிருப்பது வேதனை தரக்கூடியதாக இருக்கிறது.

தெற்குச் சுவரில் மிக அழகாக எழுதப்பட்டுள்ள கிரந்த எழுத்துகளால் ஆன சமஸ்கிருதக் கல்வெட்டில் 'பகைவர்களை வென்று எதிரிகளின் இடங்களைத் தனதாக்கிக் கொண்ட ரணஜயா என்று அறியப்பட்ட அத்யந்தகாமன் சிவபெருமானுக்காக இக்கோவிலை உண்டாக்கினான்' என்று உள்ளது. இதிலிருந்து 'அத்யந்தகாமன்' என்ற பெயரைக் கொண்டவன் இதைக் கட்டினான் என்பது தெளிவு. இதே போன்று வேறு இரு இடங்களிலும் இதே வாசகம் உள்ள கல்வெட்டுகள் காணப்படுகின்றன.

நடுக் கருவறையும்
துவாரபாலகர்களும்

தர்மராஜ மண்டபம்
முகப்பு

வராக மண்டபம்

இது விஷ்ணுவின் அவதாரமான வராக மூர்த்திக்கு எழுப்பப்பட்ட கோவில். இந்தக் காலகட்டத்தில், விஷ்ணுவின் அவதாரங்களான வராகமும் நரசிம்மமும் மட்டுமே வழிபடப்படும் தெய்வங்களாக இருந்துள்ளன. அழகான சிங்க பீடத்துடன், அலங்கார வடிவமைப் புடன் உள்ள இரு தூண்கள், சுவரில் பதிக்கப்பட்ட இரு அரைத் தூண்களுடன் இந்த மண்டபம் கண்களுக்கு விருந்தாக உள்ளது. இதன் மேல்பாகத்தில் உள்ள வேலைப்பாடு மிகுந்த முகப்புப் பகுதியும் கலையைப் போற்றுவோருக்கு மகிழ்ச்சி தருவது.

தூண்களுக்கு மேல் கபோடத்தில் கூடுகள் உள்ளன. தாமரை வடிவத்தில் செதுக்கப்பட்டு, சாலைக் கூரையுடன் கூடிய சிறு கோவில்கள் வடிவமைக்கப்பட்டுள்ளன. அவை ஹராந்தரா எனப்படும் தாழ்வாரங்களால் இணைக்கப்பட்டுள்ளன.

மண்டபத்து உள்சுவர்களில் பூதேவியைக் காப்பாற்றிய வராகமும், மகாபலியை அடக்கும் திரிவிக்கிரமனும் இரு பெரும் காட்சிகளாக உள்ளன. இவைதவிர கஜலட்சுமி மற்றும் துர்கை புடைப்புச் சிற்பங்களும் படைக்கப்பெற்றிருக்கின்றன.

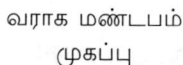

வராக மண்டபம்
முகப்பு

எழாம் எட்டாம் நூற்றாண்டுகளை குடைவரைக் கோவில்களில் புடைப்புச் சிற்பங்களுக்கான பொற்காலம் என்று கூறலாம். பாதாமி, மாமல்லை, எல்லோரா குடைவரைக் கோவில்கள் இக்காலத்தைச் சேர்ந்தவை. மாபெரும் புடைப்புச் சிற்பங்களை இங்கெல்லாம் காணலாம். அவையெல்லாம் புராணக் கதைகளைப் பின்பற்றிய சம்பவங்களின் தோற்றங்கள்.

அந்த வகையில் மாமல்லபுரத்தில் நான்கு முக்கியமான உதாரணங்களைக் காணலாம். வராக மண்டபத்தில் உள்ள வராக, திரிவிக்கிரமச் சிற்பங்களும், மகிஷாசுரமர்த்தினி மண்டபத்தில் உள்ள மகிஷாசுரமர்த்தினியும் அநந்தசயனச் சிற்பங்களுமே அவை.

சாந்தமாகச் சயனத்திருக்கும் விஷ்ணுவும் ஆக்ரோஷமாகப் போர் புரியும் துர்கையுமாக மாறான தன்மை கொண்ட இரு உருவங்களை மகிஷாசுரமர்த்தினி மணடபத்தில் காணலாம். வராக மண்டபத்தில் தெய்வங்கள் மத்தியில் அமைக்கப்பட்டு முக்கியத்துவம் கொண்டவையாகவும், அவற்றைச் சுற்றிப் பல்வேறு உருவங்கள் இருக்குமாறும் செய்யப்பட்டுள்ளன. இவ்வமைப்புகளில் அற்புதமான உயிரோட்டத்தை நம்மால் காண முடிகிறது.

வராக அவதாரம்

கடலில் பெரும் பிரளயம் ஊழிக்கூத்தெனத் தோன்றியபோது, பூமி கடலுக்குள் சென்றுவிட்டது. அவ்வாறு சிக்கித் தவித்த பூதேவியை திருமால், பன்றியின் உருவிலே வந்து காப்பாற்றினார். இங்கே அந்நிகழ்வின் உச்சகட்டம் சிற்பமாக வடிக்கப்பட்டுள்ளது.

நடுவில் வராகம், தான் காப்பாற்றிய பூதேவியைத் தனது கைகளில் தாங்கிக்கொண்டு, ஒரு நாகத்தின் தலைமீது வைக்கப்பட்டுள்ள சற்றே உயர்ந்த வலது கால் தொடையின் மீது அமர்த்திக்கொண்டு, இடது காலை நன்றாக ஊன்றி நிற்பதைக் காணலாம். இந்த அருள் மிகு காட்சியைப் பாதாள உலகத்திலிருந்து தேவலோகம் வரை உள்ள பலர் கண்டு களிக்கின்றனர். எல்லோருடைய கவனமும் அவ்விருவர்மீதே உள்ளன. வராகத்தின் கால் பதிந்துள்ள நாகதேவன் மகிழ்ச்சியுடன் இருக்கிறான். ஒரு நங்கை கை கூப்பித் தொழுதுகொண்டிருக்கிறாள். இடது கோடியில் ஒரு முனிவர். மறுபுறத்தில் சடைமகுடம் அணிந்து, ஒரு கையில் கமண்டலத்துடன் நான்கு தலை பிரம்மன் மோன நிலையில் உள்ளான். தாடியுடன் கூடிய ஓர் உதவியாளன் அருகில் காணப்படுகிறான்.

வராக சிற்பத் தொகுதி

மேலே இடது பக்கத்தில் சூரியனும் வலது பக்கத்தில் சந்திரனும் உள்ளனர். அவர்கள் தலைமீது காட்டப்படும் ஒளி வட்டங்கள் அவர்களை அடையாளம் காண உதவுகின்றன. இங்கு காட்டப்படும் நிலை, வைகானச ஆகம விதிமுறைகளில் கூறப்பட்டதைப் போலவே அமைந்துள்ளது.

பாதாமியிலும் எல்லோராவிலும்கூட வராகச் சிற்பங்கள் உள்ளன. ஆனால் அவையெல்லாம் இங்கு உள்ள அளவு சிறப்பாக அமைக்கப்படவில்லை. இந்த அமைப்புக்கும் இதன் எதிரே உள்ள திரிவிக்கிரமன் அமைப்புக்கும் உள்ள சிறப்பு, இவ்விரண்டிலும் மத்தியில் உள்ள உருவங்கள் காட்டப்படும் முறைதான். அவை நிமிர்ந்து கம்பீரமாக நின்றுகொண்டிருக்கின்றன. இந்த நடுநாயகச் சிற்பத்தில் அசைவு இல்லை. ஆனால் சுற்றியுள்ள அனைத்து உருவங்களிலும் அசைவைக் காணலாம். அவர்கள் அனைவரும் எதையோ செய்துகொண்டிருக்கிறார்கள். இந்த அமைப்பின் மூலம், மத்தியில் உள்ள உருவத்துக்குச் சிற்பி முக்கியத்துவம் கொடுத்திருப்பது நிதர்சனம். இங்கும் ஆபரணங்களுக்கும் அணிகலன்களுக்கும் முக்கியத்துவம் கொடுக்கப்படவில்லை. அமைப்பில் ஒரு சிறந்த நிதானமும் சமநிலையும் காணப்படுகிறது. இதைப் பல்லவ லட்சணம் என்றே கூறலாம்.

கஜலக்ஷ்மி

வராக மண்டபத்தின் கிழக்குச் சுவரில் இந்தச் சிற்பத்தைக் காணலாம். பாற்கடல் கடையப்பட்டபோது, பல நல்லவையும் கெட்டவையும் சேர்ந்தே வெளிவந்தன. இங்கு அவ்வாறு வெளிவந்த நல்லவற்றில் ஒன்றான லக்ஷ்மி உருவம் காட்டப்படுகிறது. ஆதிவராக மண்டபத்திலும் இதனை ஒத்த சிற்பத்தைக் காணலாம். பல்லவர்கள் சாதாரணமாக ஓரிடத்தில் காட்டிய ஒன்றை மறுபடியும் வேறோர் இடத்தில் காட்டுவதில்லை என்பதற்கு இது விதிவிலக்கு!

நடுவில் நன்கு மலர்ந்திருக்கும் தாமரைமீது இளம்பருவத்தினளாக லக்ஷ்மி உட்கார்ந்திருப்பதாகக் காட்டப்படுகிறாள். பாதங்கள் இரண்டும் ஒரு தாமரை இலை மீது வைக்கப்பட்டுள்ளன. ஆகையால் இது சமுத்திரக் காட்சியை அறிவிக்கின்றது. கைகள் தாமரை மலரை ஏந்துவதற்கு ஏதுவாக உள்ளன. நான்கு பெண்கள் இரு மருங்கிலும் பக்கத்துக்கு இருவராக உதவிக்கு நிற்கின்றனர். அவர்கள் கைகளில் பொற்குடங்களையும் தாமரை மலர்களையும் கொண்டிருப்பது இக்காட்சியைப் பாற்கடல் என ஊர்ஜிதம் செய்ய உதவுகிறது. மேலே இரு யானைகள் உள்ளன. இடது பக்கத்தில் இருக்கும் யானை நீரை லக்ஷ்மியின்மீது கொட்டுவதுபோலவும் மற்றொன்று தன் முறைக்காகக் காத்துக்கொண்டிருப்பது போலவும் செதுக்கப்பட்டுள்ளன.

கஜலக்ஷ்மி தொகுதி

துர்கை

மிக அழகாக அமைக்கப்பட்டுள்ள துர்கை கிழக்குச் சுவரில் உள்ளாள். நான்கு கைகளை உடைய இவ்வுருவம் ஒரு குடையின்கீழ், தாமரை மலர்மீது நேராக நின்றுகொண்டிருக்கிறது. ஒரு கையில் சங்கையும் மற்றொன்றில் சக்கரத்தையும் கொண்டுள்ளது. ஓர் இடது கை தொடை மீது லாகவமாக வைக்கப்பட்டுள்ளது. நான்காவது கை அபய முத்திரை யில் காணப்படுகிறது. கூம்பு வடிவக் கிரீடம் அணிந்து, மார்க் கச்சை யுடனும் சில ஆபரணங்களுடனும் அமைக்கப்பட்டுள்ளது. இடப் பக்கத்தில் குந்தியிருக்கும் உருவம், தனது தலையைக் கொய்யத் தயாரான நிலையில் உள்ள பக்தனுடையது. இது அக்காலத் தமிழ கத்தில் வழக்கில் இருந்த முறைகளில் ஒன்று. வலது பக்கத்தில் ஐதீக முறையில் தனது வணக்கத்தைத் தெரிவிக்கும் பக்தனைக் காணலாம். மேலே கணங்களும் மிருகங்களும் உள்ளன. கணங்களில் ஒன்று கையில் வளைந்த சிறு கத்தி கொண்டுள்ளதைக் காணலாம்.

மேலே இடப்பக்கத்தில் சிங்கத்தின் தலை உள்ளது. சிங்கம் துர்கையின் வாகனம். இதன் பிடரிமயிர் அழகாகச் சித்திரிக்கப்பட்டுள்ளது. நடுவில் இருக்கும் உருவம் அசையாது சம நிலையில் நிற்கையில் மற்ற எல்லாமே அசைவுகளைக் காட்டுவது சிற்பியின் திறனே!

துர்கை தொகுதி

திரிவிக்கிரமன்

தெற்குச் சுவரில் சிறந்த முறையில் செதுக்கப்பட்டுள்ள திரிவிக்கிரமன் உருவம் நம்மை அதிசயிக்க வைக்கிறது!

மகாபலி, அரக்கர் வழி வந்த அரசன். இவன் தேவர்களுக்குத் தொல்லை கொடுத்துவந்தான். தேவர்கள் விஷ்ணுவிடம் முறையிட்டனர். ஆனால் மகாபலி தனது தர்மத்துக்கும் நியாயத்துக்கும் பெயர் பெற்றவன். அவன் ஒரு யாகம் செய்துகொண்டிருந்தான். அதைத் தனக்குச் சாதகம் ஆக்கிக்கொண்டு, விஷ்ணு, வாமன உருவில் அரசனிடம் வந்தார். தன் பாதத்தால் மூன்று அடிகள் வைக்கும் அளவு ஒரு சிறு இடம் வேண்டும் என அவர் மகாபலியிடம் யாசித்தபோது, தர்மத்தில் தலைசிறந்த மகாபலி தாமதிக்காது ஒப்புக்கொண்டான்.

வரம் கிடைத்தவுடன், வாமனர் விஸ்வரூபம் எடுத்து, தனது பெரும் பாதத்தால் ஓரடியில் முற்றிலுமாக பூமியையும், மற்றோர் அடியால், தேவலோகம் முழுமையையும் அளந்து விட்டபின்னர், மூன்றாவது அடியை வைக்க இடம் கேட்டார்! அதற்குத் தனது தலையையே

திரிவிக்கிரமச் சிற்பத் தொகுதி

அளித்தான் மகாபலி. அதில் விஷ்ணுவின் பாதம் பட்டவுடன் அவன் பாதாள உலகத்துக்குச் சென்றதாகப் புராணம் கூறுகிறது. இக்காட்சி இங்கு அந்த நிகழ்வைத் தத்ரூபமாகக் காட்டுகிறது.

இச்சிற்பத்தில், வாமனர் பெரும் உருவம் எடுத்து ஆகாயத்தை அடியால் அளக்கும் நிலை காட்டப்படுகிறது. இடது காலைத் தூக்கும்போது சமநிலை காக்கவேண்டி வலது கை ஒன்றால் கூரையைத் தாங்கியிருப்பதைப் பார்க்கலாம். மற்ற கைகள் சங்கு, சக்கரம், கூர்வாள், கத்தி, கேடயம், வில் முதலியவற்றைத் தாங்கியிருப்பதையும் காணலாம்.

இடது கை ஒன்று, இடது கால் செல்லும் திசையைச் சுட்டுகிறது. அங்கு பிரம்மா பக்தியுடன் விஷ்ணுவின் கால் விரல்களைப் பிடித்துப் புனித நீராட்டுகிறார். நான்கு கைகளுடன், பிரம்மாவின் மூன்று தலைகள் தெரிகின்றன. அருகில் தேவர்களும் மேளம் கொட்டும் ஜாம்பவானும் உள்ளனர். மற்றொரு பக்கம், சிவன், தாமரையின்மீது அமர்ந்து, இந்தக் காட்சியில் லயித்துக்கொண்டிருப்பது காட்டப் படுகிறது.

தொடர்ந்து கீழ்நோக்கி நம் பார்வையைச் செலுத்தினால், நாம் காண்பது ஒளிவட்டத்துடன் இருக்கும் சூரிய சந்திரர்களை. இவர்கள் விஷ்ணுவின் இடைமட்டத்தில் இருப்பதால், விஷ்ணு எடுத்துள்ள விஸ்வரூபத்தின் அளவு சூரிய சந்திர மண்டலத்துக்கும் மேலே சென்று விட்டது என்ற விவரத்தை ஸ்தபதி நமக்கு அறியத் தருவதை ஊகிக்கலாம். வலது பக்கத்தில் கீழே விழுந்துகொண்டிருக்கும் உருவம் ஒன்று காட்டப்படுகிறது. இது திரிசங்கு என்று சிலர் கூறுகின்றனர். நமுசி என்று சிலர் கூறுகின்றனர். இதைப் பற்றிச் சரியாகத் தெரியவில்லை. தரையில் மகாபலியும் அவனுடைய சகாக்களும் உள்ளனர்.

பவித்திரமான அமைதியைக் காட்டும் இக்காட்சி, இறைவனின் வியாபகத்தைக் காண்பிக்கிறது. நடுவில் இருக்கும் உருவம் மிகப் பெரிதாக அசைவின்றி காட்டப்படுகையில், மற்ற எல்லாமே மாறு பட்டு, அசைவுகளை உணர்த்துமாறு அமைக்கப்பட்டுள்ளன. இக் காட்சி, அதில் காட்டப்படும் கதைக்கு உகந்ததாக, சிறந்த முறையில், ஒருவித சலிப்பும் தட்டாத முறையில் சித்திரிக்கப்பட்டுள்ளது இத்தொகுப்பின் சிறப்பு. தேவர்களின் மகிழ்ச்சியும் அசுரர்களின் தோல்வியும் சிற்பியின் திறனால் குழப்பமின்றி உணர்த்தப் படுகின்றன.

திரிமூர்த்தி மண்டபம்

ஒரு கவிதையாகவே வடிக்கப்பட்டிருக்கும் இதன் கம்பீரம், மாமல்லபுரத்தின் மற்ற குகைக் கோவில்களைவிட இதுவே சிறப்பானது என்பதைப் பறைசாற்றுகிறது.

கருவறையின் முன்பு மண்டபம் போன்ற அமைப்பு ஏதும் கிடையாது. மூன்று கருவறைகளும் வரிசையாக உள்ளன. முதலில் வடப்புறத்தில் உள்ள கருவறையில் சுப்ரமணியன் உருவமும், நடுவறையில் சிவனின் உருவமும், மூன்றாவது அறையில் திருமாலின் உருவமும் உள்ளன. ஆனால் தென்கோடியில் ஒரு மாடத்தில் செதுக்கப்பட்டுள்ள துர்கை சிற்பம் எழிலிலும் சிற்பக்கலையிலும் மற்ற அனைத்தையும் தாண்டி நிற்கிறது.

இந்தக் குடைவரைக் கோவில், அனைத்து ரதங்கள், கடற்கரைக் கோவில்கள் ஆகியவை சேர்ந்த தொகுப்பை மாமல்லபுர சிற்பக் கலையின் உன்னதம் என்றே கூறலாம். இதன் அமைப்பு பஞ்ச பாண்டவ ரதங்களது எழிலை ஒத்துள்ளது. இக்கோவில் ஒன்றுதான் பெரும்பாலும் முற்றுப்பெற்ற நிலையில் உள்ளது.

இந்த முயற்சியில் சிற்பி மற்ற குகைக் கோவில்களில் உள்ள முன் மண்டபங்களைத் தவிர்த்து, கருவறைகளைச் சுவரில் நேராகவே குடைந்துள்ளதைக் காணலாம்.

திரிமூர்த்தி மண்டபம் முகப்பு

மூன்று மூர்த்திகளுக்கும் ஆளுக்கு ஓர் அறை; கூடுதலாக துர்கைக்குத் தனியாக ஒரு மாடம். பல்லவன் அத்யாந்தகாமனின் புது முயற்சியில் பிரம்மாவுக்கு பதிலாக முருகன்! அத்துடன் ஆச்சர்யம் அவனது சோதனை முடிந்துவிடவில்லை. கருவறைகளில் வழிபட நேரடியாக புடைப்புச் சிற்பங்கள். தொடர்ந்து மேலே முகப்பிலும் கபோடம், கூடுகளுடனான அலங்காரங்கள். இவை எல்லாம் கலந்து அக்கோவிலின் கம்பீரமான எழில் மிகு தோற்றம் பரவசம் அளிக்கிறது.

எல்லாச் சிற்பங்களும் ஒரே மாதிரியாக, வலது கரம் அபயம் அளித்துக் கொண்டு, இடது கை இடுப்பில் வைத்தபடி நியதி, வரைமுறைகளை ஒத்து வடிவஉமைக்கப்பட்டுள்ளன. உயிரோட்டம், அமர்ந்திருக்கும் பக்தர்கள் மூலம் நமக்குத் தெளிவாகிறது. முறைகளை மீறி இருப்பவை விஷ்ணு அறையில் உள்ள தேவ கணங்கள்தாம்!

விஷ்ணு கோவிலின் துவாரபாலகர்கள்

இந்த இரு வாயிற்காப் போரும் பல்லவர் காலத்து வைணவ முறையில் உள்ளனர். அரச தோற்றத் துடன் இளைஞர்களாக, முறைப்படி உடை அணிந்து, கிரீட மகுடம் அணிந்து, புன்னகையுடன் வரவேற்றபடி, குறுகலான பிறைகளில் அமைக்கப் பட்டுள்ளனர்.

சுப்ரமணியன் கோவில்

ஒற்றை முகத்துடன் காணும் முருகன், புடைப்புச் சிற்பமாக பிரம்ம சாஸ்தா உருவில் நிற்கிறார். முருகனின் நின்ற உருவம் எழில்மிகு தோற்றமாக உள்ளது. நான்கு கைகள் இருக்கின்றன. இப்படித்தான் பிரம்மனுக்கு முருகன் வேதோபதேசம் செய்தார்.

சமபங்க நிலையில் தெய்வ உருவம் இருக்கவேண்டிய ஆகம சாஸ்திரப்படி, வலது கை அபய முத்திரையிலும், இடது கை இடுப்பிலும், மேல் கையில் தாமரையும், மற்றொன்றில் கமண்டலமும் (அட்சர மாலையாகவும் இருக்கலாம்) உள்ளன.

சன்னவீரம் என்று கூறப்படும் உருத்திராட்ச மாலை மார்பின் இரு பக்கங்களில் இருந்தும் குறுக்காக அணியப்பட்டுள்ளது. மேலுள்ள தேவ கணங்கள் ஒரு கையில் நைவேத்தியப் பாத்திரத்துடனும் மற்றொரு கையில் தண்டுடனும் காணப்படுகிறார்கள்.

முருகனின் காலடியின் இருமருங்கிலும் ஜடாமுடி தரித்த இரண்டு அடியார்கள் துணியால் ஆன பூணூல் அணிந்து, முழங்காலிட்டு அமர்ந்துள்ளனர். ஒரு கரத்தை வணங்கும் வகையிலும், மற்ற கரத்தை மார்பிலும் வைத்துள்ளனர். மேற்பகுதியின் இரு புறத்திலும் கணங்கள்

சுப்பிரமணியனின் கருவறை

காணப்படுகின்றனர். தென்புறக் கணத்தின் கையில் கிண்ணம் ஒன்று உள்ளது. இருமருங்கிலும் சடைமுடி தரித்த, பூணூல் அணிந்த தவ முனிவர்கள் கருவறையைக் காவல் காக்கின்றனர்.

துர்கை

தேவர்கள் வேண்டுதலுக்கு இணங்க மகிஷாசுரனை வென்று, அவனது கொய்யப்பட்ட தலைமீது நிற்கும் எட்டு கைகள்கொண்ட துர்கை இங்கு கிரீட மகுடம், காதுகளில் பெரிய பத்திர குண்டலங்கள், மார்புக் கச்சை, சன்னவீரம், இடுப்பில் மடிப்புகளுடன் கட்டப்பட்டு இரு மருங்கிலும் முடிச்சுடன் உள்ள ஆடை ஆகியவற்றுடன் காணப் படுகிறாள்.

எட்டு கைகளில் சக்கரம், சங்கு, அம்பு, கத்தி, கேடயம் போன்ற ஆயுதங்கள் உள்ளன. துர்கை இருக்கும் பிறை அழகாக அலங்கரிக்கப் பட்டுள்ளது. பல்லவர் காலத்து மகரதோரணம் ஒரு சிறப்பம்சம். இரண்டு மகரங்களும் மேலே தொங்கும் அலங்காரமான வால்களுடன் காணப்படுகின்றன. திருவாச்சி என்று தமிழில் அறியப்படும் இந்த மகர தோரணம் மிகச் சிறப்பானது.

துர்கை

ராமானுஜ மண்டபம்

ராமானுஜ மண்டபம், சிவபெருமானை மூலக்கடவுளாகக் கொண்டு, மூன்று அறைகளாகக் குடையப்பட்டது. சோமாஸ்கந்தனின் அழகான உருவம் இங்கே புடைப்புச் சிலையாக இருந்திருக்கிறது. அதேபோல பல்லவர்களுக்கே உரித்தான சில சிற்பங்களும் இந்த மண்டபத்தில் இருந்ததற்கு அடையாளங்கள் உள்ளன. இவையெல்லாம் சில நூற்றாண்டுகளுக்குப் பின்னர் அழிக்கப்பட்டுவிட்டன. இவை அழிக்கப்படாமல் இருந்திருந்தால், இந்த குகைக் கோவில் மாமல்லபுரத்தின் சிறந்த கோவில்களில் ஒன்றாக இருந்திருக்கும். மிஞ்சியிருக்கும் சில சிற்ப நுணுக்கங்கள் இதைத் தெரிவிக்கின்றன.

மேற்கொண்டு கட்டலாம் என்று பிற்காலச் சிற்பிகள் நினைத்திருந்தது, முகப்பைப் பார்க்கும்போது தெரிகிறது.

முகப்புத் தோற்றத்தின் பகுதிகள் நன்றாகவே உள்ளன. இங்கு, ஆழச் செதுக்கப்பட்டுள்ள சதுர வடிவு கொண்ட இரு கோவில்களின் மாதிரிகள் உள்ளன. இக்கோவில்களுக்கான சிறப்பம்சம், இவை கீழ்நிலையிலிருந்து உச்சி வரை முழுமையாக முடிக்கப் பட்டிருப்பதே. இதே மாதிரியான கோவில், அர்ச்சுனன் தவச் சிற்பத் தொகுதியில் காணப்படுகிறது.

சிங்க பீடத்துடன் உள்ள வரிசையான தூண்கள் அதீத அழகுடன் மிளிர்கின்றன.

ராமானுஜ மண்டபம் முகப்பு

பல்லவ கிரந்தத்தில் எழுதப்பட்ட அழகான ஒரு கல்வெட்டையும் இங்கு காணலாம். ஆதிவராக மண்டபத்தில் காணப்படும் அதே சாபமிடும் வரிகள்தாம் இங்கும் உள்ளன: 'கெட்ட வழிகளிலிருந்து மீட்கும் சக்தி படைத்த ருத்ரனது (சிவனது) சிந்தனை மனத்தில் இல்லாதவர்கள் ஆறு தடவை சபிக்கப்பட்டவர்கள்.'

மகிஷாசுரமர்த்தினி மண்டபம்

மூன்று அறைகள் கொண்ட முடிவுறாத இக்கோவிலில் நிகரற்ற இரு சிற்பத் தொகுதிகள் காணப்படுகின்றன. முன்புறத் தூண்கள் சேதப்படுத்தப்பட்ட நிலையில் உள்ளன. குன்றின்மேல் இப்போது சேதமடைந்த நிலையில் இருக்கும் உழக்கு எண்ணெய் ஈஸ்வரர் கோவில், பழங்காலத்து நிலையை ஏக்கத்துடன் தெரிவிக்கிறது.

நன்கு செதுக்கப்பட்ட சிங்க பீடங்களுடன் உள்ள தூண்கள் இதற்குத் தனி அழகைத் தருகின்றன. நடுவில் உள்ள கருவறையின் முகப்பில் ஒரு மண்டபம் சமைக்கப்பட்டுள்ளது. மூன்று அறைகளும் வாயில் காப்போருடன் உள்ளன. சற்றே குழப்பமூட்டுவது, தெற்கு மற்றும் மத்திய அறை வாயில்களில் இருக்கும் சைவ உருவிலான துவார பாலகர்கள்தாம்.

மகிஷாசுரமர்த்தினி மண்டபத்தின் முகப்பு. மேலே தெரிவது உழக்கு எண்ணெய் ஈஸ்வரர் கோவில்.

மத்திய அறையின் சுவரில் முற்றும் வடிக்கப்பட்டுள்ள சோமாஸ்கந்தர் புடைப்புச் சிற்பம் இவ்வளவு பெரிய உருவில் பல்லவர் கோவில்களில் வேறெங்கும் சாதாரணமாகக் காணப்படுவதில்லை. சுகாசனத்தில் வீற்றிருக்கும் சிவபெருமான் வாத்சல்யத்துடன் தனது மைந்தன் கந்தனை அணைத்திருப்பது ஒரு விசேஷம்! கந்தனோ மிக்க மகிழ்வுடன் காட்டப்படுகிறான். தெய்வக் குடும்பத்தின் பின்னால் பிரம்மாவும் விஷ்ணுவும் கூடியிருப்பது காணப்படுகிறது. கால்களின் கீழ் நந்தி, தெய்வ தம்பதிகளுக்குப் பீடமாக உள்ளார். ஒரு பக்தையும் காணப்படுகிறாள்.

இந்த குகையைத் தவிர, வேறு எந்தப் பல்லவ சோமாஸ்கந்த உருவிலும், நந்தியையும் பக்தர்களையும் காண முடிவதில்லை.

மகிஷாசுரமர்த்தினி மண்டபத்தின்
நடுக் கருவறையில் சோமாஸ்கந்தர்

அநந்தசயனம்

தெற்குச் சுவரில் அரவணை மீது துயிலும் அநந்தசயன விஷ்ணுவைக் காணலாம். இக்கதை மார்க்கண்டேய புராணத்தில் கூறப்படுகிறது.

பிரம்மாவுக்குப் படைப்புத் தொழிலை அளித்தபிறகு, விஷ்ணு பாற்கடலில் அரவணையின்மீது ஆழ்ந்த நித்திரை கொள்கிறார். இரு அசுரர்கள் அவரது காதுகளிலிருந்து வெளிப்பட்டு, பிரம்மாவின் படைப்புத் தொழிலை அழிக்க முற்படுகின்றன. அச்சுறுத்தப்பட்ட பிரம்மா, லக்ஷ்மியிடம் விண்ணப்பிக்கிறார். லக்ஷ்மியால் எழுப்பப் பட்ட விஷ்ணு அந்த அரக்கர்களை அழித்து விடுகிறார்.

இரு கரங்கள் கொண்ட விஷ்ணு ஆதிசேஷன் என்ற ஐந்து தலை பாம்புப் படுக்கையில் சயனித்திருக்கிறார். வலது கை நீண்டிருக்க, இடது கை மடக்கி வைக்கப்பட்டுள்ளது. இடது கை கடக முத்திரை யில் உள்ளது. தலையும் மார்பும் சற்றே தூக்கியுள்ளன. இடது முழங் கால் சிறிதே மடங்கியிருக்க, மற்ற உறுப்புகள் நேராகவே உள்ளன.

விஷ்ணுவின் பாதங்களின்கீழ் அழகிய உருவைக் கொண்ட பூதேவி கூப்பிய கரங்களுடன் காட்சியளிக்கிறாள். சங்கு, சக்கரம், வாள், கேடயம் ஆகியவை ஆயுத புருஷர்களாக, இருவர் கீழும் இருவர் மேலுமாகக் காணப்படுகின்றனர்.

மகிஷாசுரமர்த்தினி மண்டபம் - அநந்தசயனத் தொகுதி

கால்களுக்கு அருகில் மது, கைடபன் என்ற இரு அசுரர்கள் ஏதோ சதித் திட்டம் வகுத்துக்கொண்டிருப்பதுபோலத் தென்படுகிறது. வலது புறத்தில் உள்ளவன் தாக்கத் திட்டமிட்டுள்ளான். மற்றொருவனின் பின் கை முதுகை ஒட்டி உள்ளது. இவ்வமைப்பு உயிரோட்டத்துடன் திகழ்கிறது.

இந்தத் தொகுதியும் இதன் எதிர்ப்புறத்தில் உள்ளதும் சிற்ப நுணுக்கத்தில் மிகச் சிறந்தவை. கலை வல்லுனர்கள், இந்தச் சிற்பத் தொகுதியில் உள்ள சிற்பியின் சுதந்தரமான சிந்தனையாற்றலையும் கலையழகையும் கண்டு வியந்து எழுதி உள்ளனர். யோகநித்திரையில் இருக்கும் விஷ்ணு சயனித்திருந்தாலும் விழித்தே உள்ளது போலக் காணும் உருவம் தன்னிகரற்றது. அவருடைய சாந்த நிலையும் அசுரர்களின் அச்சுறுத்தும் பாங்கும் ஒன்றுக்கொன்று மாறுபாடாக அமைந்திருப்பினும் மொத்தத்தில் நடந்துகொண்டிருக்கும் ஒரு நாடகத்தை உணர்த்துகின்றன. சில பாத்திரங்கள் அசைவுகளுடன் காணப்பட்டாலும் கிடைநிலையில் இருக்கும் விஷ்ணுவின் அசைவற்ற நிலை, சிற்பத்தின் நேர்த்தியையும், சிற்பியின் தேர்ச்சியையும் தெரிவிக்கின்றன.

மகிஷாசுரமர்த்தினி

அர்த மண்டபத்து வலது சுவரில் உள்ள புடைப்புச் சிற்பம், துர்கை மகிஷாசுரனை சம்ஹாரம் செய்வதைக் காட்டுகிறது.

மகிஷாசுரனால் தோற்கடிக்கப்பட்ட தேவர்கள் முதலில் பிரம்ம னிடமும், பின்னர் விஷ்ணுவிடமும், இறுதியாக சிவனிடமும் முறை யிட்டனர். ஆனால் அவர்கள் அனைவருமே மகிஷாசுரன் பெற்றிருந்த வரத்தால், தங்களால் அவனை வெல்ல முடியாது என்று கூறிவிட்டனர். ஆனாலும் அவர்களது ஒன்றுசேர்ந்த வலிமை யாராலும் வெல்ல முடியாத தேவியை உருவாக்கிற்று.

துர்கையாக அவதரித்த தேவியின் எட்டு கைகளுக்கும் சிவனது திரிசூலம், விஷ்ணுவின் சக்கரம், வருணனின் சங்கு, இந்திரனுடைய வில் அம்புகள் போன்றவை ஆயுதங்களாக ஆகின. இளமையான தோற்றத்துடன், எல்லா ஆயுதங்களையும் கைகளில் ஏந்திய துர்கை, சிம்ம வாகனத்தில் ஏறி, தனது கணங்களுடன் மகிஷாசுரனைப் போரில் வென்றதாகப் புராணம் கூறுகிறது.

இங்கு நாம் காண்பது, புராணத்தில் கூறப்படும் எட்டு ஆயுதங்களில் ஏழு மட்டும்தான்; வில்லை நாணேற்றித் தயாராக இருக்கும் இரு கைகள்; மற்ற கைகளில், சங்கு, கயிறு, மணி, சக்கரம் முதலிய வற்றைக் காண்கிறோம். இடது தோள் பின்புறம் அம்பறாத்தூணி

மகிஷாசுரமர்த்தினி மண்டபம் - மகிஷாசுரமர்த்தினி தொகுதி

அம்புகளுடன் காணப்படுகிறது. ஓர் அம்பு எய்தப்பட்ட நிலை. எட்டு கணங்கள் தங்களுக்கு இடப்பட்ட பணியைச் செய்துகொண்டிருக் கிறார்கள். சிற்பத்தில் அவர்களது இயக்கம் தெரிகிறது. துர்கையின் தெய்வீகத் தன்மையைத் தெரிவிக்கும் வெண்குடையை ஒரு கணம் கையில் ஏந்தியுள்ளது. மற்றொரு கணம் சாமரம் வீசுகிறது. இன்னொன்று தட்டு ஒன்றை ஏந்தி நிற்கிறது. பலவித ஆயுதங்களைத் தாங்கிக்கொண்டிருக்கும் மற்ற கணங்களில் ஒரு பெண் உருவும் காணப்படுகிறது.

இன்னும் தோற்கடிக்கப்படாத மகிஷாசுரன் இங்கு காணப்படுகிறான். ஆனால், இது போரின் இறுதிக் கட்டம் என்பது நன்றாகவே புரிகிறது. ஏனெனில் அசுரர்கள் அங்கிருந்து தப்பி ஓட எத்தனிப்பது சிற்பத்தில் நிதர்சனம். அவர்களது அச்சம் கலந்த நோக்கையும் கணங்களின் மகிழ்ச்சி கலந்த முன்னேறும் முயற்சியையும் நமக்குத் தெளிவுபடுத்தி யுள்ளார் சிற்பி. மகிஷாசுரன் கையில் கதாயுதத்துடன் காலை உறுதியாக அழுத்தி நிலத்தின்மீது வைத்துக்கொண்டு முகத்தில் குரோதத்தைக் காட்டுவது தெளிவாகத் தெரிகிறது. அசுரன் நிற்கும் கோணம், அவன் நிலையாகக் காலூன்றி நிற்பதையும் லாகவமாகக் கதையை வீசச் சித்தமாக இருப்பதையும் கோடிட்டுக் காட்டுகிறது. ஆனால் அசுரர்கள் கூட்டத்தில் தென்படும் கலவரமும், கணங்கள் காட்டும் மகிழ்ச்சியும், தேவியின் முகத்தில் காணப்படும் தன்னம்பிக்கை, துரிதம், அச்சமின்மை ஆகியவையும் போரின் அப்போதைய நிலையைத்

தெளிவாக, பதிவு செய்யப்பட்ட படம் போலக் காட்டுகிறது. மகிஷாசுரனின் எருமைத் தலையும் மனித உடலும் சிற்பியால் நேர்த்தியாகச் சேர்க்கப்பட்டுள்ளது ஒரு தனிச் சிறப்பே!

இச்சிற்பத்தில் ஒரு தனியம்சம், அதன் சமநிலை. ஸ்தபதி தன் சிந்தனைச் சக்தியின் முழுமையையும் சிற்பத்தில் காட்டியிருக்கிறார்!

ஆதிவராக மண்டபம்

மகிஷாசுரமர்த்தினி குகையிலிருந்து தென் மேற்கில் ஆதிவராக மண்டபம் உள்ளது. இக்கோவிலில் இப்போதும் வழிபாடு நடந்து வருகிறது. இக்குகையின் முன்புறத்தில், பிற்காலத்தில் வேயப்பட்ட மண்டபம் ஒன்று உள்ளது. வழிபாட்டு நேரம் தவிர மற்ற நேரங்களில் வாயிற்கதவு பூட்டப்பட்டிருக்கும். மாமல்லபுரத்தில் முழுமையாகக் குடைவிக்கப்பட்டுள்ள குகைக்கோவில்கள் மிகச் சிலவே; அவற்றில் இக்கோவில் ஒன்றாகும். இக்கோவில் சிற்ப வடிவமைப்பில் தன்னிக ரற்று விளங்குகிறது. இங்கு சில அழகான சிற்பங்கள் செதுக்கப் பட்டுள்ளன. வராக மண்டபத்துச் சிற்பங்களிலிருந்து முன்னேற்றம் அடைந்த உருவங்கள் சிலவற்றை இங்கு காணலாம். இரு அரச குடும்பச் சிற்பங்களும் உள்ளன.

புதிராக விளங்கும் கல்வெட்டு ஒன்று, இக்கோவிலின் முக்கியத் துவத்தை அதிகப்படுத்துகிறது. ஆனால், நாம் மேலே குறிப்பிட்ட, பிற்காலத்தில் வேயப்பட்ட மண்டபம், இக்கோவிலின் அழகைச் சற்றே குறைத்துவிடுகிறது. இப்போது கருவறையில் வழிபாட்டில் உள்ள சுண்ணத்தால் அமைக்கப்பட்ட உருவம் பிற்காலத்தில் சேர்க்கப்பட்டது. அதேபோல பிற்காலத்தியக் கல்வெட்டு ஒன்று

ஆதிவராக மண்டபம் வெளித்தோற்றம்

இக்கோவிலை 'பரமேஸ்வர வராக விஷ்ணு கிருகம்' எனக் குறிப்பிடுகிறது. எனவே பரமேஸ்வரன் என்ற பட்டம் பெற்ற மன்னன் ஒருவனால் இக்கோவில் தோற்றுவிக்கப்பட்டது என்பது புலனாகிறது. முகப்பு, சிம்மத் தூண்கள், உள் சுவர்களில் உள்ள சிற்பங்கள் போன்றவை வராக மண்டபத்தை ஒத்துள்ளன.

பல்லவ மன்னனும் ராணியரும்

ஆதிவராக மண்டபத்து வடக்குச் சுவரில், நாம் காணும் சிற்பத் தொகுதி, பல்லவ மன்னனுடையது. மேலே 'ஸ்ரீ சிம்ஹவிஷ்ணு போத்ராதிராஜ' என்ற கிரந்தக் கல்வெட்டு மூலம், இது சிம்மவிஷ்ணுப் பல்லவன் எனக் கொள்ளலாம்.

உயர்ந்த அரியணையில் மன்னன் அமர்ந்துள்ளான். பரந்த மார்புடன், சுகாசன நிலையில் சிம்மாசனத்தில் அமர்ந்திருக்கும் மன்னனின் வலது கை சின்முத்திரையாகக் காட்டப்பட்டுள்ளதிலிருந்து அவன் ஆன்ம ஞானம் அடைந்தவன் எனக் கொள்ளலாம். இடது கை தொடைமீது வைக்கப்பட்டுள்ளது. தலையை கிரீட மகுடம் அலங்கரிக்கிறது. காதில் குண்டலங்களும் கழுத்தில் ஒரு மாலையும் தவிர, ஓர் அரசனுக்குரிய ஆபரணங்கள் எதுவும் சிற்பத்தில் இல்லை!

மன்னன் அமர்ந்திருப்பது அரச சம்பிரதாய முறைப்படி சமநிலையில் உள்ளது. ஆனால் ராணிகள் உயிரோட்டத்துடன் காணப்படுகின்றனர். இருவரும் மெலிதான உடைகளை அணிந்திருந்தாலும் அவை ஒரே மாதிரியாக இல்லை. பத்திர குண்டலங்களும், கரந்த மகுடமும் அணிந்துள்ளனர். இடது பக்கத்தில் உள்ள ராணி கழுத்தில் சங்கிலி அணிந்திருக்க, மற்ற ராணியிடம் அதுகூடக் காணப்படவில்லை. இருவருமே மரியாதை கலந்த நாணத்துடன் காட்டப்பட்டுள்ளனர்.

பல்லவ மன்னனும் ராணியரும் (மற்றொரு சிற்பம்)

தென்புறச் சுவரில் உள்ள இச்சிற்பத்திலும் நின்றுகொண்டிருக்கும் மன்னன் அதிக ஆபரணங்கள் அணியவில்லை. கீழுடை, மடிப்பு களுடன் அசைவுகளைத் தெரிவித்தபடி காட்சியளிக்கிறது இந்த உருவம். மன்னனின் இரு ராணியரும் இடப்புறம் நிற்கின்றனர். தன் தேவியை இடது கையில் பிடித்துக்கொண்டு வலது கையால் ஆலயத்தைச் சுட்டிக்காட்டும் அரசனின் தோற்றமும் அவனுடைய ஆடை அணிகலன்களின் அழகும் அவன் ஒப்பற்ற பேரரசன் என்ற நிலையை எடுத்துக்காட்டும் வகையில் உள்ளன.

ராணிகள் முந்தைய சிற்பத்தில் உள்ளதுபோலவே உடை அணிந்துள்ள னர். இருவரும் நெடிய கிரீடம் அணிந்து, கடிபந்தம், மாலை, ஒரு காதில் பெரிய பத்திர குண்டலம், மற்றொன்றில் மகர குண்டலம் அணிந்துள்ளனர். இச்சிற்பத்தின் மேற் புறத்தில் 'ஸ்ரீ மஹேந்த்ர போத்ராதி ராஜன்' என்று உள்ளதால், இதில் உள்ள அரசன், மகேந்திரப் பல்லவன் என்று கொள்ளலாம்.

மூவரும் இயல்பான அசைவுகளுடன் காணப்படுகின்றனர். அரசன் முகத்தில் ஆனந்தமும் பக்தியும் காணப்படுகிறது. ராணிகள், தெய்வ தரிசனத்துக்கு மகிழ்ச்சியுடன் எதிர்பார்த்துக்கொண்டிருப்பதும் புலனாகிறது.

கங்காதரனாகச் சிவன்

வடக்குச் சுவரில் முதலில் காணப்படுவது கங்கைவார் சடையுடன் கங்காதரனாக இருக்கும் சிவன். வலது கை அபய முத்திரையிலும், இடது கை தொடைமீது வைத்த நிலையிலும், பின் கைகளில் ஒன்று ருத்திராட்ச மாலையைத் தாங்கி நிற்க, மற்றொன்று தலை முடியின் ஒரு கற்றையை இழுத்துப் பிடித்தபடி கீழிறங்கும் கங்கையின் வேகத்தைத் தணித்து நிறுத்தத் தயாரான நிலையிலும் உள்ளன. ஒரு பெண் உருவத்தில் கங்கை அஞ்சலி முத்திரையில் ஆகாயத்திலிருந்து கைகூப்பி இறங்குகிறாள்.

இடுப்பில் உயிருள்ள நாகத்தை அணிந்துள்ள சிவன், வஸ்திர யஞ்ஞோபவீதம் எனப்படும் துணியால் ஆன பூணூலை அணிந்துள்ளார்.

சிவனது உருவம் புன்னகையுடன், கம்பீரத்துடன் நிற்பது இச்சிற்பத்தின் தனியழகு.

விஷ்ணு

ராஜ கம்பீரத்துடன் நான்கு கைகள் கொண்ட விஷ்ணுவின் உருவம், கிழக்குப்புறச் சுவரில் காணப்படுகிறது. தாமரையின்மீது நிற்கும் இந்த உருவத்தின் பின்னிரு கைகள் சங்கு சக்கரங்களை ஏந்தியிருக்க, முன் வலது கரம் அபய முத்திரையிலும் இடது கரம் இடுப்பிலும் இருக்குமாறு அமைக்கப் பட்டுள்ளன. முழங்காலிட்டு வணங்கிக் கொண்டிருக்கும் இரு பக்தர்களில் ஓர் உருவம் தலையின் மீதுள்ள பாம்புப் படத்தால், ஆதிசேஷன் எனத் தெரிகிறது.

அடுத்துள்ள பிறையில் ஆதிசேஷனின் உருவம் அழகாகப் பொறிக்கப்பட்டுள்ளது. குறுகிய இடமாயினும் அதற்குள் இவ்வுருவங்கள் நேர்த்தியாகச் செதுக்கப்பட்டிருப்பது கொள்ளை அழகு!

துர்கை

அடுத்துள்ள கீழைச் சுவரில் கொற்றவையின் உருவைக் காண்கிறோம். தேவியின் தோற்றம், வராக மண்டபத்தில் இருப்பதுபோலன்றி வேறுபட்டிருக்கிறது.

எட்டு கைகள் கொண்டு வசீகரமான தோற்றத்தில் விளங்கும் துர்கையின் வலது கரங்களில் ஆழி, கத்தி, மணி, கபாலம் ஆகியவை காணப்படுகின்றன. இடது கரங்களில் சங்கம், கேடயம், வில், கிளி ஆகியவை காணப்படுகின்றன. துண்டிக்கப்பட்ட மகிஷாசுரனின் தலைமீது துர்கை நிற்கும் வடிவமைப்பானது, வழக்கமாகக் காட்டப்படும் உருவிலிருந்து வித்தியாசமாக உள்ளது. நெடிது உயர்ந்த நிலையில் இருப்பதால் தேவியின் உருவில் நளினம் அதிகமாகவே தெரிகிறது. இயற்கையாக மடக்கியுள்ள இடது கைமீது, எதன்மீதோ தன் தீவிர கவனத்தைச் செலுத்தியபடி ஒரு கிளி அமர்ந்துள்ளது. சடை

ஆதிவராக மண்டபம் : துர்கை

மகுடம், பத்திர குண்டலங்கள், மார்க்கச்சை, பூணூல் போல அமைந்த வைகாக்ஷம், பிற ஆபரணங்கள் ஆகியவற்றை அணிந்துள்ள தேவி நின்றுகொண்டிருப்பது மிக அழகாகச் சித்திரிக்கப்பட்டுள்ளது. நியதிகளைப் பின்பற்றி, சிங்க, மான் முகங்கள் பின்புலத்தில் உள்ளன. இவை இரண்டும் கொற்றவையின் சின்னங்களாகச் சங்க காலத்திலிருந்தே தமிழகத்தில் சிறப்புற்றிருந்தன.

காலடியில் இருபுறமும் வீரர் இருவர் வெற்றித் தெய்வத்தை வழிபட்டு நிற்கின்றனர். அவர்களுக்கு அப்பால் தேவியை போலவே உடை அணிந்த காவல்பெண்கள் காணப்படுகின்றனர். தேவியின் வலப்புறம் உள்ள பெண் வலக்கையில் கத்தியும் இடக்கையில் கேடயமும் தாங்க, இடப்புறம் உள்ளவள் நீண்ட வில்லைக் கையில் தாங்கி நிற்கிறாள். மேலே இருபுறமும் கணங்கள் உள்ளன. கீழே இரு பக்தைகள் மண்டியிட்டுத் தொழுதுகொண்டுள்ளனர்.

அதிரணசண்ட மண்டபம்

மாமல்லையிலிருந்து சென்னைக்கு வரும் கடற்கரைச் சாலையில் உள்ள சாளுவக்குப்பம் என்ற இடத்தில் இரண்டு குகைகள் உள்ளன. ஒன்று புலிக்குகை எனப்படுவது. மற்றொன்று, அதிரணசண்ட மண்டபம் என்னும் குகைக் கோவில். இதில் ஆரம்பகாலத்து அம்சங்களும் பிந்தைய அம்சங்களும் கலந்து இருப்பதைக் காணலாம். இவைதவிர, இந்த மண்டபத்தில் இரு முக்கியக் கல்வெட்டுகள் இடம்பெற்றுள்ளன. சிறிய ஆனால் அழகில் சிறந்த திறந்தவெளிப் புடைப்புச் சிற்ப உருவம் ஒன்றும் இங்குள்ளது. உள்ளே வைக்கப் பட்டுள்ள சிவலிங்கமும், வெளியில் உள்ள நந்தியும் பிற்காலத்தவை.

இங்குள்ள, அதிக வேலைப்பாடுகள் இல்லாத, தடிமனான, எளிய தூண்கள் பழமையான பல்லவ காலத்தைக் குறிக்கின்றன என்றால், மறுபக்கம், அழகு பொலிந்த சோமாஸ்கந்த உருவங்கள் சற்றே பிற்பட்ட பல்லவ காலத்தைக் குறிக்கின்றன. ஒரே இடத்தில் இருவேறு காலகட்டத்தைச் சேர்ந்த சிற்ப நுணுக்கங்களா?

சோமாஸ்கந்தரின் இரு புடைப்புச் சிற்பங்கள் இக்கோவிலின் அர்தமண்டபத்தில் காணப்படுகின்றன. இதுபோல வேறு எந்தப் பல்லவர் காலக் கோவில்களின் அர்தமண்டபத்திலும் இல்லை.

சாளுவக்குப்பம் அதிரணசண்ட மண்டப வளாகம்

கோவிலின் பக்கச் சுவரில் கவர்ச்சிகரமான பாங்கில் எழுதப்பட்டுள்ள இரு கல்வெட்டுகள் பார்க்கவேண்டியவை. ஒரு பக்கத்தில் பல்லவ கிரந்தத்திலும் மற்றொரு பக்கத்தில் தேவநாகரியிலும் வெட்டப்பட்டுள்ளன. தென்னகத்திலேயே மிகப்பழமையான தேவநாகரி எழுத்து என இதைக் கொள்ளலாம். எழுத்துகள் இரண்டு வகையான போதிலும், இரண்டிலும் உள்ள சமஸ்கிருதச் செய்யுள்களின் வாசகங்கள் ஏறக்குறைய ஒன்றே.

இந்தக் கல்வெட்டுகளிலிருந்து, அத்யந்தகாமன் என்பவன் இந்தக் கோவிலைச் சிவனுக்காகக் கட்டியதாகத் தெரிகிறது. இதேபோல, மேலும் இரு மாமல்லபுரத்துக் கோவில்களில் ஏறக்குறைய இதே பொருள்படும் கல்வெட்டுகள் இருப்பது பெரும் புதிரே.

தெற்குச் சுவரில்
கிரந்தக் கல்வெட்டு

வடக்குச் சுவரில்
தேவநாகரிக் கல்வெட்டு

மகிஷாசுரமர்த்தினி திறந்தவெளி புடைப்புச் சிற்பம்

குகைக் கோவிலின்முன், தென்புறத்தில் இருக்கும் ஒரு சிறு இயற்கைப் பாறையின்மீது தேவி மகிஷாசுரனுடன் போரிடும் காட்சி சித்திரிக்கப்பட்டுள்ளது. மாமல்லபுரத்துச் சிறப்பான மகிஷாசுர மர்த்தினி மண்டபத்தில் உள்ள சிற்பத்தைவிட இது உருவில் சிறியதே; அதன் தொடரமைப்பு இது என்று கொள்ளலாம். ஆனால் இது உருவ அமைதியில் மாறுபட்டுள்ளது. அமைப்பிலும் அழகிலும் இது முன்னதைவிட ஒரு மாற்று குறைவே.

இதன் சிறப்பு, இதன் உயிரோட்டம்தான். அசுரனை விரட்டுவதற்குத் தயாராக துர்கை சிங்க வாகனத்திலிருந்து இறங்கிக்கொண்டிருக்க, அசுரன் புறமுதுகிட்டு ஓடிக்கொண்டிருப்பதைக் காண்கிறோம். தேவி வலது காலைத் தாமரை மலர்மேல் ஊன்றி, இடது காலை சிம்மத்தின் மீது அமர்த்தி, வில் பிடித்துப் போரிடுகிறாள். அவள் ஆறு கைகளுடன் விளங்குகிறாள். வெற்றியின் அறிகுறி அவள் முகத்தில் தெரிகிறது. அவளுக்குப் பின்னால், கணங்கள் போர்க்கோலம் பூண்டு விளங்கு கின்றன. இச்சிற்பம் எழில் வாய்ந்த காட்சியாகும். களிப்புடன் கணங்கள், தப்பியோடும் அசுரப் படைவீரர்கள், அவர்கள் முகத்தில் தெளிவாகத் தெரியும் பயம் கலந்த சோர்வு; இவையெல்லாம் சிற்பத்துக்கு சிரஞ்சீவித்தன்மையான உயிரோட்டத்தை அளிக்கின்றன.

தேவியை சிற்பி பொலிவுடன் விளங்கும் அழகுருவமாகத் உருவாக்கியுள்ளார். ஒய்யாரமான உடல்வாகு, மெலிந்த இடை,

அதிரணசண்ட மண்டம்: மகிஷாசுரமர்த்தினி புடைப்புச் சிற்பம்

மேலே பிறையுடன் காணப்படும் கிரீடம், குண்டலங்கள்; கழுத்திலே முத்து மாலையுடன் மார்க்கச்சை அணிந்து காணப்படுகிறாள். எடுத்துக்கொண்ட வேலையைக் கச்சிதமாகச் செய்து முடித்த திருப்தி அவளது முகத்தில் காணப்படுகிறது. வெண்குடை இழந்த அசுரன், தோல்விகாணும் முகத்துடன், சிறிதே பிளந்த வாயுடன், பெருமூச்சால் விரிந்திருக்கும் நாசியுடன் ஓடும் காட்சியை உயிரோட்டத்துடன் வடித்துள்ளார் சிற்பி. காட்சி நம் முன் நிஜமாகவே நடந்துகொண்டிருப்பதாகத் தோன்றி, கண்களுக்கு விருந்தளிக்கிறது.

புலிக்குகை

அத்யந்தகாமனின் எண்ணற்ற கலையுணர்வு எழுச்சிகளில் இதுவும் ஒன்று எனக் கொள்ளலாம்! மற்ற எந்தக் கோவிலையும்போல் அல்லாது தனித்து நிற்கும் இதன் தன்மை, கட்டப்பட்டதன் நோக்கம் எதுவாக இருக்கலாம் என்ற ஆர்வத்தைத் தூண்டுகிறது.

அரங்கமாக உள்ள இவ்வமைப்பின் முகப்பு அரை நீள்வட்ட வடிவில் பதினோரு யாளிகளின் தலைகளைக் கொண்டுள்ளது. எல்லாத் தலைகளும் அரங்கத்தின் மேடையையே நோக்குவதுபோல உள்ளன. ஒரு யாளியைப் போல மற்றொன்று இல்லாது இவை அனைத்தும் சிறந்த முறையில் வடிவமைக்கப்பட்டுள்ளன. அரங்கத்தின் இரு மருங்கிலும், காவலாளிகள், பாயும் புலிகள்மீதிருந்து கண்காணிக்கின்றனர்.

இப்பாறையின் தெற்குப் பகுதியில் சில முடிக்கப்படாத சிற்பங்கள் உள்ளன. சுருட்டியிருக்கும் தும்பிக்கையுடனும் பெருங்காதுகளுடனும் கூடிய யானைகள்மீது அம்பாரிகளில் தெய்வ உருவங்களைக் காண முடிகிறது. தொடர்ந்து தெற்கில், முடிக்கப்படாத குதிரை உருவம் ஒன்றும் உள்ளது. இந்த உருவ அமைப்புகள் எதை விளக்க முயற்சி செய்கின்றன என்பதும் ஒரு புதிரே. அதேபோலப் பாறையின் வடக்குப் பக்கத்தில் ஆரம்பநிலையிலேயே நிறுத்தப்பட்ட ஒரு பெரும் சிம்ம உருவத்தையும் அதன் வயிற்றுப்பாகத்தில் ஒரு பிறையையும் காண்கிறோம். கடற்கரைக் கோவில்கள் வளாகத்தில் இருக்கும் சிம்மக்கோவில் போன்ற உருவத்தை உருவாக்க முயற்சி செய்தனரோ என்று எண்ணத் தோன்றுகிறது.

ஒற்றைக்கல் ரதங்கள் : ஒரு பார்வை

மாமல்லபுரத்து மனங்கவர் உருவங்கள் அங்குள்ள ரதங்கள்தாம்! ஒற்றைக்கல்லில் செதுக்கப்பட்ட இவற்றை உலக அதிசயங்களுள் ஒன்றாகக் கொள்ளலாம். கற்களாலும் சுண்ணாம்பாலும் கட்டப்பட்ட கோவில்களின் நகல்களாகவே இவை உள்ளன.

இம்மாதிரியான கட்டடங்கள் பல்லவர்களால்தான் முதலில் உருவாக்கப்பட்டன. ஏன், பல்லவர்களே மாமல்லபுரத்தைத் தவிர வேறு எங்கும் இந்த முறையைக் கையாளவில்லை என்பதும் புரியாத புதிராகவே உள்ளது! மாமல்லபுரம் இவ்விஷயத்திலும் தன்னிகரற்றே விளங்குகிறது.

இப்படிப்பட்ட கோவில்கள் ஒன்பது இங்குள்ளன. இவற்றுள் பஞ்ச பாண்டவ ரதங்கள் எனப்படும் ஐந்தும் முக்கியமானவை. இவற்றைத் தவிர கணேச ரதம் என்று ஒன்று உள்ளது. இன்னும் சற்றுத் தொலைவில், மேலும் மூன்று ரதங்கள் உள்ளன. அவற்றில் இரண்டு பிடாரி ரதங்கள் என்றும் ஒன்று வலையன்குட்டை ரதம் என்று அழைக்கப்படுகின்றன.

இவற்றைத்தவிர சில ரதங்கள் ஆரம்பிக்கப்பட்டவுடனே நிறுத்தப் பட்ட நிலையில் உள்ளன. அப்படிப்

பல பகுதிகளில் ஆரம்பிக்கப்பட்டுள்ளதும் தொடராமல் நிறுத்தப் பட்டுள்ளதும் பல்லவப் புதிர்களில் இன்னும் சிலவாகும்.

ஒரே மாதிரி இல்லாத வித்தியாசமான படைப்புகளில் பல்லவர்கள் தமது திறமையைக் காட்டியுள்ளனர். ஒவ்வொன்றும் அமைப்புகளில் தனித்துவம் கொண்டவை; தர்மராஜ ரதம் சதுரவடிவிலானது; பீம ரதம் நீள்சதுர வடிவுகொண்டது; சகதேவ ரதம் நீள்வட்ட வடிவிலானது. அதே போல மேலமைப்புகளிலும் மாறுதல்கள் உள்ளன. சிலவற்றில், தர்மராஜ ரதம்போல் எண்கோணச் சிகரம்; பீம ரதத்தில் வண்டிக் கூடுபோன்ற சிகரம்; திரௌபதி ரதத்தில் குடிசைக் கூரை போன்ற மேற்கூடு.

கட்டுமானக் கட்டட அமைப்புகள் போல் அல்லாது, இவை ஒரே கல்லில் செதுக்கப்பட்டவை. உச்சியிலிருந்துதான் தொடங்கப் பட்டிருக்கவேண்டும். ஆகையால் செதுக்கும்போது ஆரம்பத்தி லிருந்தே சிறிதளவு தவறும் ஏற்படாமல் இருக்கவேண்டும்! சிறு தவறு ஏற்பட்டாலும், உதாரணமாக கூடுகளில் உள்ள ஏதோ ஒரு சிற்பத்தின் ஒரு சிறு பாகத்தில் தவறு ஏற்பட்டாலும், மொத்த வேலையும் பாழாகி விடும்! அதையும் தவிர வெவ்வேறு நிலைகளில் - நின்று, உட்கார்ந்து அல்லது படுத்து - வேலை செய்திருக்கும் சிற்பிகள் கடினமான உழைப்பைச் செலுத்தியிருக்கவேண்டும்! இதன் காரணமாகக்கூட பல இடங்களில் சிற்பங்களின் கால்பகுதிகள் முடிக்கப்படாத நிலையில் இருக்கின்றன போலும்.

பஞ்சபாண்டவ ரதங்கள்

வட தெற்காக உள்ள இரு தொடர்க்குன்றுகளில் செதுக்கப்பட்டுள்ள பஞ்ச பாண்டவ ரதங்கள் என்ற ஐந்து ரதக் கோவில்களை மாமல்லபுரத்தில் காணலாம். இந்த ரதங்களைக் காண்பதே ஒரு மறக்க முடியாத அனுபவம். காணும்போது, ஒழுங்கு முறையின்றிச் சிதறிக் கிடப்பதுபோல அமைக்கப்பட்டிருக்கும் இந்த ரதங்கள் பார்ப்பவர் மனத்தில் குழப்பத்தை உண்டாக்கினாலும், ஏதோ ஒரு பெரிய திட்டத்துடன்தான் செய்யப் பட்டிருக்க வேண்டும். குன்றுகளைப் பலவிதங்களில் செதுக்கி, ஒன்றுபோல் மற்றொன்று இல்லாது, முற்றிலும் மாறுபட்ட அமைப்புகளில் வைக்கப்பட்டுள்ள் அழியாக் காவியங்களாகவே இவற்றை நாம் காண்கிறோம். இங்குள்ள மாறுபட்ட ரத அமைப்புகள், அடிப்படையில் குன்றுகளைக் குடைவித்த பெரும் கல் சிற்பங்களே ஆயினும், பிற்காலக் கோவில்களின் கட்டட அமைப்பின் முன்னோடிகளாக, அவற்றின் சரித்திரத்தைச் சரியாக அறிந்துகொள்ள உதவுகின்றன.

தர்மராஜ ரதம்

இந்தக் கோவிலில் இருக்கும் கல்வெட்டிலிருந்து இதன் பெயர் 'அத்யந்தகாம பல்லவேஸ்வர கிருகம்' என்று அறிகிறோம். இந்தச் சிவன் கோவில், பல்லவ ஸ்தபதியின் சிறப்பத்திறமைக்கு ஒரு பெரும் சான்று. உயரத்திலும் அழகிலும் கண்களுக்கு விருந்து.

மூன்று அடுக்குகள் உடைய இக்கோவில், ஒவ்வொரு தளத்திலும் ஒரு கருவறையைக் கொண்டதாக ஆரம்பிக்கப்பட்டது. கீழ்த்தளத்தில் நடுவில் கருவறையும் சுற்றிவர திருச்சுற்றும் அமைக்க முனைந்துள் ளனர். ஆனால் பணி முடிவுறவில்லை. மேல்தளத்தில் சோமாஸ் கந்தரை மூலவராகக் கொண்ட கருவறை முற்றுப்பெற்றுள்ளது. கீழிருந்து இரண்டாம் தளத்துக்குச் செல்லும் படிகள் முற்றுப் பெறவில்லை. இரண்டாம் தளத்திலிருந்து மூன்றாம் தளத்துக்குச் செல்ல கிழக்குத் திசையில் படி அமைக்கப்பட்டுள்ளது.

முற்றுப் பெறாத இக்கலையுருவம், சில தனித்தன்மைகளைக் கொண்டது.

கீழ்த் தளத்தின் சிற்பங்களோடு தர்மராஜ ரதத்தின் ஒரு தோற்றம்

மூன்று மாடிகளிலும் சிவன், விஷ்ணு ஆகியோரின் பல புடைப்புச் சிற்பங்கள் உள்ளன. இங்குள்ள சிற்பங்களை தமிழ் நாட்டின் தலை சிறந்த சிற்பங்களில் சிலவாகக் கருதலாம். இவை தமிழ் நாட்டின் பிற்காலக் கோவில் சிற்பங்களுக்கு முன்மாதிரியாகக் காட்சியளிக்கின்றன.

இந்த ஒரு ரதத்தில்தான் கல்வெட்டுகளும் உள்ளன. ஆனால் இங்கு கூறப்பட்டுள்ள அத்யந்தகாமன் யார் என்பதில் அறிஞர்களிடையே கருத்து வேறுபாடு நிலவுகிறது.

கீழ் மட்டம் சதுர அமைப்பு கொண்டதாக இருந்தாலும், சிகரமும் அதைத் தாங்கும் கழுத்துப் பகுதியும், எண்கோண வடிவில் உள்ளன. தரை மட்டத்தில் அர்த மண்டபமும் தூண்களும் சிங்க அடித் தளத்துடன் உள்ளன. இருமருங்கிலும் பிறைகளில் ஆளுயர புடைப்புச் சிற்பங்கள் உள்ளன.

தரைத்தளச் சிற்பங்கள்

நான்கு பக்கங்களிலும் ஒவ்வொரு கோடியிலும் உள்ள மொத்தம் எட்டு சிற்பங்களில் ஏழு தெய்வ உருக்கள், ஹரிஹரன், அர்தநாரி போன்றவை. எட்டாவது உருவம் நரசிம்மப் பல்லவனுடையதாக இருக்கலாம். இந்தப் புடைப்புச் சிற்பங்களில் ஓர் ஒற்றுமையைக் காணலாம். அவை எல்லாமே, நெடுநிலையில் நிற்பவை. சமபாத, சமபங்க நிலையில் கருவறையில் தொழுகைக்காக அமைக்கப் பட்டவைபோல உள்ளன. வலது கரம் அபய முத்திரையிலும் இடது கரம் இடுப்பில் வைத்தபடியும் அமைந்துள்ளன.

பைரவனாகச் சிவன்: கௌபீன வடிவில் இடை உடையும், வலது கையில் ருத்ராட்ச மாலையும், இடது கையில் மானும் கொண்டு, தொடையில் ஒரு நாகம் சுற்றியிருக்கச் சிவன் பைரவனாகக் காட்சியளிக்கிறார்.

ஹரிஹரன்: இச்சிற்பம் சிவனும் விஷ்ணுவும் கலந்த உருவம். வலது பக்கத்தில் சிவனின் பாதி சடைமகுடத்துடனும் இடப்பக்கத்தில் விஷ்ணுவின் பாதி உயர்ந்த கிரீடத்துடனும் காணப்படுகின்றன. மேல் வலதுகையில் மழுவும் கீழ் வலதுகை அபய முத்திரையிலும் உள்ளன. ஒரு நாகம் இடுப்பிலிருந்து சுற்றி வருகிறது. மேல் இடது கை சக்கரம் தாங்கியுள்ளது. கீழ் இடது கை இடுப்பின்மீது வைத்தபடி உள்ளது.

அர்தநாரி: சமநிலையில் ஆண்-பெண் உருவ அமைப்புடன் காணும் இவ்வுருவம் ஒய்யாரமாக நிற்கிறது. ஆண் பக்கத்தில் பரந்த மார்பும் பெண்ணுருவில் காட்டப்படும் சற்றே சரிந்திருக்கும் தோள் பட்டையும் பார்வையை ஈர்க்கின்றன. கிரீடம் ஒரு பாதி சடைமகுட

பைரவனாகச் சிவன்   ஹரிஹரன்   அர்த்தநாரி   நரசிம்மப் பல்லவன்?

மாகவும் மறு பாதி கரந்த மகுடமாகவும் அமைக்கப்பட்டுள்ளது. பெண் பகுதியின் கரம் யானையின் தும்பிக்கைபோல் உள்ளது.

நரசிம்மப் பல்லவன்: ராஜ கம்பீரத்துடன் நிற்கும் இவ்வுருவம் அரசனுக்கு உண்டான ஆபரணங்கள் தரித்து, முத்துமாலையைப் பூணூலாக அணிந்து, ரத்தினங்கள் பதிக்கப்பட்ட இடுப்புப் பட்டை அணிந்து, இரு கைகளிலும் கற்கள் பதித்த வளையல்கள் அணிந்து நிற்பதைக் காணலாம்.

இரண்டாம் தளத்தில் உள்ள சிற்பங்கள்

மேல்தளத்துப் பிறைகளில் மிக அழகாகச் செதுக்கப்பட்ட சில சிற்பங்களைக் காணலாம். ஆச்சரியம் என்னவென்றால், செதுக்க வேண்டிய பொருள் மிகக் கடினமானது; இடமோ மிகக் குறுகியது. இவ்வளவு தடைகளுக்கு இடையிலேயும் இவ்வளவு நளினமாகச் செதுக்க முடிந்துள்ளது என்றால், அந்தச் சிற்பி அசாதாரணமான ஒருவனாகத்தான் இருந்திருக்கவேண்டும். தவிரவும், இச்சிற்பங்கள், எந்த விதமான செயற்கைத் தன்மையும் இல்லாமல் காணப் படுகின்றன. எல்லா உருவங்களும், இளமையாக, அதிக ஆபரணங்கள் இன்றி, உயிரோட்டத்துடன் உள்ளன. உடலின் ஒவ்வொரு பாகமும் இயற்கை அளவுகளுடன் கூடிய சிற்பங்கள் தமிழகத்தில் இதற்கு முன்னரும் இல்லை, இதற்குப் பின்னரும் இல்லை!

மாமல்லபுரத்து உருவ வடிவமைப்பின் பல்வேறு மாதிரிகள், நிலைப்பாடுகள் ஆகியவற்றை இந்த ரதத்தில் காணலாம். இதே போன்ற சிறப்பம்சங்கள், அர்ச்சுனன் ரதத்திலும் அர்ச்சுனன் தவச் சிற்பத் தொகுதியிலும் காணப்படுகின்றன.

இந்தத் தளத்தில் நாற்பதுக்கும் மேலான புடைப்புச் சிற்பங்கள் உள்ளன. அவற்றில் வேறுபட்ட சிவன் உருவங்கள் பதினான்கு உள்ளன. அவற்றுள், கெட்டவர்களை அழிக்கும் உருவம், பக்தர்களுக்கு அருள் பாலிக்கும் உருவம், நடனம் ஆடும் மற்றும் கற்பிக்கும் உருவம் ஆகியவை அடங்கும். மற்ற தெய்வ உருக்களில், விஷ்ணு, முருகன், பிரம்மா, சூரியன், சந்திரன் முதலியவர்களையும் காணலாம். மனித உருவங்களும் குறைவின்றி உள்ளன. அதில், கோவில் சிப்பந்தி, பூசாரி, பாடகர் ஆகியோர் காட்டப்படுகின்றனர் என்பது ஒரு தனிச் சிறப்பு.

எழில் மிகு பக்தையின் உருவம்: மிகவும் நளினமாக இங்கு நின்றுகொண்டிருப்பது, கையில் ஒரு கலத்தை ஏந்தி நிற்கும் பக்தை ஒருத்தி. அவள் ஒய்யாரமாகக் கருவறையை நோக்கிச் செல்வதைக் காணலாம். பார்வை ஊடுருவக்கூடிய மிக மெலிதான ஆடை அணிந்து, சொற்ப, ஆனால் முக்கியமான அணிகலன்களுடன், காதுகளில் பத்திர குண்டலங்கள், காலில் கொலுசு முதலியவற்றுடன் நடப்பது சிறப்பாகச் செதுக்கப்பட்டுள்ளது. இந்தக் கோவிலில் இது ஒன்றுதான் பெண் சிற்பம்!

கங்காளமூர்த்தி - பிட்சாடனர்: தெய்வீக உருவில், பிச்சை எடுப்பவராக, கையில் மண்டையோட்டை பிச்சைப் பாத்திரமாக ஏந்தி, மற்ற கைகளில், அட்சரமாலை, தண்டம், திரிசூலம் முதலியவற்றைக் கொண்டு அலட்சியமாக நிற்பது பல்லவர்களின் முத்திரையைக் காட்டுகிறது. அந்த தண்டத்திலிருந்து விஷ்வக்சேனரின் உயிரற்ற உடல் தொங்குகிறது. இந்த சிவ உருவத்தின் ஒரு விசேஷம், சாதாரணமாகக் காட்டப்படும் தட்டையான நாசியாக அல்லாது, இங்கு மூக்கு கூர்மையாகக் காட்டப் பட்டுள்ளது. இதனை சோழச் சிற்பங்களின் முன்னோடி என்று கூறலாம்.

வீணாதார சிவன்: பல்லவ சிவனின் முக்கியமான உருவங்களில் ஒன்று அவர் வீணையுடன் காட்சி அளிப்பது. இங்கு சிவன், தனது மார்பின்மீது சேர்த்து வைத்திருக்கும் வீணையை மிகக் கவனத்துடன் வாசித்துக்கொண்டிருப்பதைக் காணலாம். இந்தக் கவனம் அவர் தலையைச் சாய்த்து வைத்திருக்கும் கோணத்திலிருந்தே வெளியாகிறது. மாமல்லையின் மற்ற இடங்களில் வீணா மூர்த்தி உருவம், அமர்ந்திருக்கும் நிலையில்தான் காணப்படுகிறது.

நடன குருவாக சிவ பெருமான்: சாதாரணமாக நடராஜனாக சிவன் காட்சியளிப்பது எங்கும் காண்பது தான். ஆனால் இங்கிருக்கும் சிவன், தனது பிரதம சீடரான தண்டுவுக்கு நடனம் கற்பிப்பதைக் காணலாம். தண்டு முனிவரின் பெயரால்தான் தாண்டவம் என்ற சொல்லே வந்தது. சிறந்த குரு பக்தனாக, தண்டு, ஒரு பாதத்தை எடுத்து ஆடத் தயாராக உள்ள நிலையில் இவ்வுருவம் சமைக்கப் பட்டுள்ளது. இவ்விரு உருவங்களின் மூலம், சிற்பி, ஓர் ஆசானும் சீடனும் தங்களது பணிகளை மிகவும் சிரத்தை யுடன் செய்துகொண்டிருப்பதைத் துல்லியமாகக் காட்டுகிறார்.

சண்டேசனுக்கு அருளும் சிவன்: இங்கு, அருகில் நிற்கும் சண்டேசனை ஒரு கையால் அணைத்துக் கொண்டு சாந்தமூர்த்தியாக விளங்கும் சிவ பிரானைக் காண்கிறோம். சிவன் முகத்தில், தனது பக்தனுக்கான அன்பும் கருணையும் வடிக்கப் பட்டுள்ளதும், சண்டிகேஸ்வரனின் முகத்தில் அளவு கடந்த மரியாதையும் நன்றியும் தெரிவதும், வலது கை மார்பின் மீது வைத்தபடி தனது பணிவைக் காட்டுவதும் இச்சிற்பத்தின் சிறப்பு.

கங்காதரனாகச் சிவன்: பல்லவர்களின் சிவ உருவ பாணிகளில், கங்காதர உருவம் மிகவும் விரும்பப் பட்ட சிறப்பம்சம் ஆகும். இங்கு காட்டப்படும் அவ்வுருவில், சிவன், ஆகாயத்திலிருந்து இறங்கும் கங்கையை லாகவமாகப் பிடித்து நிறுத்திக் கொண்டிருப்பது தெரிகிறது. மேல் இடது கையால் கங்கையைத் தாங்கியுள்ளார். வலது கரம் அட்சர மாலை கொண்டிருக்க, வலது கீழ்க் கரம் முஷ்டிஹஸ்தம் என்ற முத்திரையைக் கொண்டுள் ளது. கீழ் இடது கரம் அனுக்ரஹ நிலையில் உள்ளது. நின்றுகொண்டிருக்கும் திரிபங்க நிலை யில், இவ்வுருவம், கங்கையால் தொழப்படுகிறது.

கருடனுடன் விஷ்ணு: பிரகாசமுடன் ஜொலிக்கின்ற அரச உடைகளில் விஷ்ணு இங்கு காணப்படுகிறார். தன் இடது கையை முழங்கால்மீது ஊன்றி, பக்தி யுடனும் இளமையுடனும் மனித உருவில் காணப் படும் தன் வாகனமான கருடனை, வாத்சல்யத் துடன் திருமால் அணைத்துள்ளது இச்சிற்பத்தின் சிறப்பு. கருடன், தனது கூர்மையான மூக்கினால் அடையாளம் காட்டப்படுகிறார். இச்சிறு குறு கலான பிறையில் இவ்வளவு நேர்த்தியானதொரு சிற்பம் உயிரோட்டத்துடன் செதுக்கப்பட்டுள்ளதைச் சிற்பியின் திறனன்றி வேறு என்னவென்று கூற?

காலஹரமூர்த்தி: பரசு, பாம்பு, பாசம், சூலம் தாங்கியவராக, காலனைக் காலால் மிதிப்பவராக இங்கு சிவன் காட்டப்படுகிறார். இவரது மடங்கியிருக்கும் காலின் அண்மையில் காலன் கிடப்பதைச் சுட்டுகிறது ஒரு கை. இங்கு காலனைத் தாக்கும் நிலையில் சிவனைக் காணலாம். இதனை நிகழ்ந்துகொண்டிருக்கும் ஒரு நிகழ்வாகக் காட்டுகிறது சிற்பம்! பரிதாப மாகக் காணப்படும் காலனின் இரு கோரைப் பற்களும் அவனது அப்போதைய நிலையை விளக்குகிறது.

ரிஷபத்துடன் சிவன்: சற்றே ஒய்யாரமாக, ரிஷபத்தின் மீது வலக்கை ஊன்றி நிற்கும் சிவனின் இந்த உருவம், திரிபங்க நிலையில் உள்ளது. நன்கு சீவப்பட்டு, கொண்டையாக முடியப்பட்டிருக்கும் தலையலங்காரத்தில் ஒரு ஜொலிக்கும் கல்லும் பதிக்கப்பட்டுள்ளது. இடது கரம் இடுப்பில் தாங்கி யிருக்க ஒய்யாரமாக நிற்கிறார் சிவன். அவரது வலது கரத்தின் மூன்றாவது விரலும் கட்டை விரலும் சேர்ந்துள்ளன; இந்தக் கரம் காளையின் திமிலின் மீது மடக்கி வைக்கப்பட்டுள்ளது. அந்தக் காளையோ, தன் எஜமானரின் நெருக்கத்தையும் அவரது வாஞ்சையையும் மிக்க மகிழ்ச்சியுடன் உணர்ந்துகொண்டிருக்கிறது.

கிழக்குப் பகுதியில், பொதுவாகச் செதுக்கப்படாத கோவில் சிப்பந்திகளின் உருவங்கள் காணப்படு கின்றன. இது அக்கால மனிதர்களின் நடைஉடை பாவனைகளை அறிந்துகொள்ள உதவுகிறது.

கோவில் பாடகர் (ஓதுவார்): கோவில்களில் இன்றும் ஒரு சிப்பந்தியாக விளங்கும் கோவில் பாடகரை இங்கு நாம் காண முடிகிறது. வீணை வாசிக்கும் ஓதுவாரை இந்தச் சிற்பத்தில் காட்டியுள்ளார் சிற்பி. தன்னை மறந்து, சிறந்த பக்தியுடன் அப்பாடகர், வீணையை மீட்டிக்கொண்டு பாடுவதை அவரது அங்க அமைப்பு சுட்டுகிறது. வலது விரல்களை வைத்துள்ள விதமும், முகத்தில் காணப்படும் ஒளியும், அவர் மெய்மறந்து பாடிக்கொண்டிருக்கும் பாவமும் உயிருடன் தெரிவது இச்சிற்பத்தின் விசேஷம். அவரது எளிமை மிகு உடைகள் அவர் மேல்தட்டு மனிதரல்ல என்பதைத் தெரிவிக் கின்றது.

சிப்பந்தி (பரிசாரகர்): தாடி வைத்திருக்கும் இவர், கையில் ஒரு மணியுடன் காணப்படுகிறார். முற்றிலும் தன்னை மறந்த நிலையில் இவர் பக்திப் பரவசத்துடன் நிற்பது கண்கொள்ளாக் காட்சி.

சமையல்காரர் (ஸ்வயம்பாகி): இங்கு காட்டப் படும் அன்றைய கோவில் சமையல்காரருக்கும் இன்று அதே தொழிலைச் செய்பவருக்கும் உருவிலும் அமைப்பிலும் அதிக வேறுபாடு இல்லை எனத் தெரிவிக்கிறது இச்சிற்பம்! வலது தோளின் மீது தான் சமைத்திருக்கும் உணவை ஒரு பாத்திரத்தில் தாங்கிக்கொண்டிருக்க, இடது கை மடப்பள்ளியின் சாவியைத் தோளின்மீது சாய்த்து வைத்துக்கொண்டிருக்க, தலை முடி கொண்டை யாக முடியப்பட்டு அமைக்கப்பட்டிருக்கும் தத்ரூபமான உருவம் இது. கீழாடையைக் கச்சையாக அணிந்துள்ளார்.

பூசாரி - அர்ச்சகர்:

கொண்டையாக முடிந்துள்ள தலை முடி, பூணூல், பஞ்ச கச்சமாகக் கட்டப்பட்டிருக்கும் கீழாடை, கழுத்தில் கண்டிகை, காதணிகள் எல்லாமே இவரது முக்கியத்துவத்தையும், இவர் ஓர் அர்ச்சகர் என்பதையும் காட்டுகின்றன். முகத்தில் பக்தி தெரிகிறது. கையில் உள்ள பூக்குவளை இவர் பூஜைக்குத் தயாராக இருப்பதைக் காட்டுகிறது.

அந்தகனை வென்ற சிவன்: கீழே கிடக்கும் அந்தகனை சிவன் தன் வலது காலால் நசுக்குகிறார். தன் அகன்ற கால்களால் ஆக்ரோஷத்துடன் சிவன் தனது கீழ் இடது கையில் உள்ள திரிசூலத்தைக் கொண்டு அந்தகனைத் தாக்குகிறார். சிவனுடைய முகத்தில் வென்றுவிட்ட அமைதி தெரிகிறது! அந்தகாசுரனின் முகம் அவனது தோல்வியையும் அவனது அவதியையும் நன்றாகவே காட்டுகிறது.

நந்தியுடன் சிவன்: அழகான வடிவமைப்பில் சிவன் இங்கு தனது பக்தனான (மனித உருவிலான) நந்திமீது தனது இடது கையை வைத்தபடி நிற்பதைக் காணலாம். இந்தச் சிற்பத்திலும் பல்லவ முத்திரை மிளிர்கிறது. சிவன் முகத்தில் அன்பையும் பக்தன் முகத்தில் நிறைவையும் காணலாம்.

காளியமர்த்தனனாகக் கண்ணன்: இச்சிற்பத்தில், வயதில் பாலக நிலையைத் தாண்டிய யுவனாகக் கண்ணன் பாம்பின் மீதேறிக் களி நடம் ஆடுவது காட்டப் படுகிறது. மயில் பீலிகை, பத்திர குண்டலங்கள், முறுக்கிய துணியால் ஆன பூணூல் ஆகியவை அணிந்து, காளியனின் தலைமீது இடது காலை வைத்து, அது துடிதுடிக்க வலது காலால் அந்தப் பாம்பைத் துவம்சம் செய்துகொண்டு, அதன் வாலைக் கையில் பிடித்துக்கொண்டு கண்ணன் நிற்பதே இங்கு ஓர் அழகு. மேடையில் நடந்து கொண்டிருக்கும் ஒரு நிகழ்வை ஒத்துள்ளது இச்சிற்பம்.

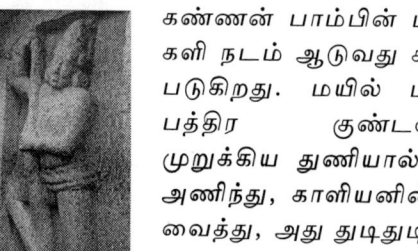

மூன்றாவது தளம்

இத்தளமும் அமைப்பில் இரண்டாவது தளத்தை ஒத்துள்ளது என்றாலும், உருவில் சிறியது. மேற்கில், செதுக்கப்பட்ட கருவறை உள்ளது. இங்கு சோமாஸ்கந்த உருவம் புடைப்புச் சிற்பமாக அமைக்கப்பட்டுள்ளது. சுவர்களிலும் பல அழகிய சிற்பங்கள் செதுக்கப்பட்டுள்ளன.

சிவன் உருவம்: இவ்வழகான வடிவம், சுவரின் மற்றொரு கோடியில் அமைந்திருக்கும் உருவத்தை ஒத்துள்ளது. கருவறையில் சிவன் சுகாசனத்தில் அமர்ந்திருக்க, உமை சிவனை நோக்கி அமர்ந்திருக்க, குமரன் மட்டிலா மகிழ்ச்சியுடன் தன் தாயாரின் மடிமேல் அமர்ந்திருப்பதைக் காணலாம். இடப்புறம் திருமாலும் வலப்புறம் நான்முகனும் தொழுத நிலையில் நின்றபடி காணப்படுகின்றனர். பின்னர் செதுக்கப்பட்டுள்ள சோமாஸ்கந்தர் சிற்பங்களில் திருமால், பிரம்மன் உருவங்கள் சிவனின் பின்புறமே அமைக்கப்பட்டுள்ளன. இரு கணங்கள் சாமரங்களுடன் காணப்படுகின்றன.

வாயில்காப்போர்: இச்சன்னதியைக் காக்க, கதையைத் தாங்கியிருக்கும் இரு காவலர்களைக் காணலாம். இருவரும் புன்முறுவலுடன், அமைதியாகக் காணப்படுகின்றனர்.

இடுப்பைச் சுற்றிக் கட்டப்பட்டிருக்கும் அங்கி, தலையில் கட்டியிருக்கும் தலைப்பாகை, துணியால் ஆன பூணூல், தடிமனான பத்திர குண்டலங்கள், சடைமகுடம் ஆகியவை இச்சிற்பங்களின் சிறப்பம்சங்கள். பல்லவ வழக்கப்படி, இவை இரண்டும் ஒன்றுபோல் இருப்பினும், சற்றே மாறுபட்டவை.

மூன்று வெளிச் சுவர்களிலும் சிறந்த, அழகு பொலிந்த சிற்பங்கள் கண்களுக்கு விருந்து. நடுப்பிறைகளில் தெய்வ உருவங்களும், இரு பக்கங்களிலும் பக்திப் பரவசமுடன் புளகாங்கிதம் அடைந்தவர்களாக நிற்கும் பக்தர்களுமாக அமைக்கப்பட்டிருப்பது இந்தத் தளத்தின் சிறப்பு.

அடியார்கள்: இங்கிருக்கும் சுவர்களில் சில அழகு பொலிந்த பக்தர்களைப் பார்க்கலாம். தெய்வங்களுக்கு அருகே உள்ளவர்கள் கச்சை கட்டிய வேட்டியுடனும் அடுத்த பிறையில் உள்ளவர்கள் இறுக்கமான கோவணங்களை

அணிந்தவர்களுமாக இருப்பதைக் காணலாம். ஆண்கள், பெண்கள் இருவருமே கடிசூத்திரம் எனப்படும் பட்டையை இடுப்பில் அணிந்துள்ள னர். அவர்களது முகத்தில் காட்டப்படும் புன்னகை பல்லவச் சிற்பிகளின் கைதேர்ந்த கலை வண்ணம்!

சந்திரன்: சமபங்க நிலையில் குடைவிக்கப் பட்டுள்ள சந்திரனின் உருவம், தலைமீது ஒளிவட்டத்துடன் காணப்படுகிறது.

இரு பூணூல்கள், இரு தோள் பட்டைகளிலிருந்தும் சன்னவீரம் என்ற முறையில் அணியப்பட்டுள்ளது. அல்லி மலர் வலதுகையில் இருக்க, கடிபங்க நிலையில் இடது கை இடுப்பில் தாங்கப்பட்டுள்ளது. இங்கு காட்டப்படும் சந்திரன் உருவத்துக்கும் அர்ச்சுனன் தவச் சிற்பத் தொகுதியில் காட்டப்படும் அர்ச்சுனன் உருவத்துக்கும் சில ஒற்றுமைகளைக் காண லாம். சூரியன் சிற்பமும் இதையொத்த உருவ அமைதி யில் சமைக்கப்பட்டுள்ளது.

தட்சிணாமூர்த்தி: இது அபூர்வமானதொரு தட்சிணாமூர்த்தி உருவம். இடது காலை ஊன்றி, வலது காலைச் சற்றே மடக்கி வைத்துக் கொண்டு நின்றுகொண்டிருக்கும் இந்த நிலையில், தட்சிணாமூர்த்தி உருவத்தை வேறு எங்கும் காண இயலாது. இது கிட்டத்தட்ட, அர்ச்சுனன் தவச் சிற்பத் தொகுதியில் நிற்கும் முனிவரை ஒத்துள்ளது என்று சொல்லலாம். சற்றே சாய்ந்த தலை, தவ நிலையைக் காட்டுகிறது.

சிகரம்:

எண்பட்டை வடிவிலுள்ள இச்சிகரம், பல்லவர்களது கலை ஆர்வத்தின் உச்சத்தைக் காட்டுகிறது. இதுதான் தென்னிந்தியக் கோவில்களின் சிகர அமைப்புகளுக்கு முன்னோடியாகத் திகழ்கிறது எனக் கூறலாம். பிறைகளும் கூடுகளும் நிறைந்துள்ள எல்லாப் பக்கங்களின் மூலைகளும் பூ அலங்காரங்களுடன் காணப்படுகின்றன. பிற்காலத்தில் காணப்படும் பித்தளை/வெண்கல அமைப்புகளில் இந்த முறைதான் பின்பற்றப்பட்டிருக்கவேண்டும் என்று தோன்றுகிறது.

கலசம் வைத்து குடமுழுக்கு செய்வதற்கு ஏதுவாக, சிகரத்தின்மீது ஒரு தாமரை உருவ அடித்தளம் மிக அழகாக அமைக்கப்பட்டுள்ளது.

பீம ரதம்

உருவில் பெரியதும், கம்பீரமானதுமான பீம ரதம், தர்மராஜ ரதத்தை அடுத்துள்ள கோவில் ஆகும். இதன் மேலமைப்பு ஒரு கூண்டு வண்டிபோல் உள்ளது, அதனால் இக்கோவிலின் கட்டட அமைப்பை 'சாலை வடிவம்' என்றும் சொல்வார்கள். இக்கோவில் இரண்டு தளங்களை உடையதானாலும் மேல்தளத்துக்குச் செல்ல வழி இல்லை.

கீழ்த்தளம், அமர்ந்த சிங்கங்களை அடிப்பாகமாகக் கொண்ட நான்கு தூண்களையும் இரண்டு அரைத்தூண்களையும் கொண்டது. அதற்குப் பின் கருவறையை அமைக்க முனைந்துள்ளனர். கருவறையைச் சுற்றிவர வழி வெட்ட ஆரம்பித்து முடிக்கப்படவில்லை. வெவ்வேறு நிலைகளில் முடிக்கப்பட்டுள்ள இப்பணி பாதியிலேயே நின்றுள்ளது. முடிக்கப்படாத நிலைக்குக் காரணம், பாறையின் மத்தியில் காணப் படும் ஓர் இயற்கை வெடிப்பாக இருக்கலாம். இக்கோவிலின் கீழ்த்தளத்தில் சிற்பங்களோ, கல்வெட்டுகளோ ஏதும் இல்லை.

பீம ரதத்தின் வேலைப்பாடு

நீள் சதுர அமைப்பில் உள்ளபடியால், இக்கோவில் பள்ளிகொண்ட பெருமாளுக்கு உரித்தாக இருந்திருக்கவேண்டும் என்று கொள்ளலாம்.

வண்டியின் கூண்டுபோல இருக்கும் மேற்புற அமைப்பு, வளைவாக உள்ளது. அதன் கீழ் இருக்கும் கழுத்து போன்ற சுற்று, ஐந்து ஜன்னல்களைக் கொண்டுள்ளது. இவை நாசிகா (மூக்குகள்) எனப் படும். இவை அரைத் தூண்களால் தாங்கப்படுகின்றன். சில பிறை களில் அரச உருவங்கள், மார்பளவில் காணப்படுகின்றன.

அப்போதைய மரக் கட்டுமான அமைப்பை ஒட்டி இவை செதுக்கப் பட்டுள்ளன. இரு பக்கங்களிலும் காணப்படும் மகரங்களின் வாயிலிருந்து மலரமைப்புகள் வருவது அழகாகச் சித்திரிக்கப் பட்டுள்ளது. நளினமான தாங்கிகள் நான்கு மூலைகளிலும் உள்ளன. நடுவில், ஒரு சதுர அடித்தளத்துடன் கோவில் உருவத்தின் நகல், புடைப்புச் சிற்பமாக உள்ளது. இதே போன்ற அமைப்புகளை சற்றே வித்தியாசமான அடித்தளங்களுடன், சகதேவ ரதத்திலும் கணேச ரதத்திலும் காணலாம். இதைப் போன்ற அமைப்பில்தான் சிவன் கோவில் ஒன்று கடற்கரைக் கோவில்களுக்கு அருகில், வராக உருவத்துக்குப் பக்கத்தில் காணப்படுகிறது.

அர்ச்சுனன் ரதம்

அர்ச்சுனன் ரதம் பீம ரதத்துக்கு அடுத்துக் காணப்படும் எண்பட்டை சிகரத்தையும் இரண்டு தளங்களையும் உடைய எழில் வாய்ந்த கோவில் ஆகும். பார்வைக்கு தர்மராஜ ரதம்போல் இருந்தாலும் உருவில் சிறியது. அதன் மேல்தளத்துக்குச் செல்ல வழி ஏதும் இல்லை. இதுவும் அடுத்துள்ள திரௌபதி ரதமும் யானைகளால் தாங்கப்பட்ட ஒரே பீடத்தில் செதுக்கப்பட்டுள்ளன. மேற்கு நோக்கிய கருவறை முன் ஓர் அர்தமண்டபம் உள்ளது. உள்ளே சிற்பம் ஏதும் இல்லை.

மூன்று சுவர்களிலும் வெளிப்புறத்தில் எழில் வாய்ந்த சிற்பங்கள் தர்மராஜ ரதத்தைப் போலவே மிகச் சிறப்பாகச் செதுக்கப்பட்டுள்ளன. ஆனால், தர்மராஜ ரதத்தைப் போல் அல்லாது, சிற்பங்கள் சற்றே மாறு பட்டவை. பார்ப்போர் அனைவருடைய மனத்தையும் ஈர்க்க வல்லவை.

அர்ச்சுனன் ரதம் : வடக்குச் சுவர் சிற்பங்கள்

மத்தியிலுள்ள பிறைகளில் தெய்வ உருவங்களைக் காணலாம். மற்ற பிறைகளில் பெரும்பாலும் அரச உருவங்களே உள்ளன. அடுத்து துவாரபாலகர் சிலைகள் உள்ளன.

வடக்குச் சுவர்

மேற்குத் திக்கிலிருந்து வலமாக வந்தால் வடபுறச் சுவரில் முதலில் வாயில்காப்போன் சிலையை அடுத்து உள்ள பிறையில் எதுவும் செதுக்கப்படாமல் உள்ளது.

அடுத்து விஷ்ணு கருடனுடன் காணப்படுகிறார். இங்கு கருடன் மனித உருவில், முழங்காலிட்டு, தன் விரலை உதட்டின்மேல் வைத்து, வருவோரின் கவனத்தைப் பக்தியில் ஈடுபடும்படிக் காட்டுவது போலக் காணப்படுகிறார்.

அதன் கிழக்கே, பக்திப் பரவசத்துடன் ஓர் அரசனும் அவன் மனைவியும், அருகில் விநயத்துடன் ஒரு வாயில்காப்போனும் காணப்படுகின்றனர்.

கிழக்குச் சுவர்

கிழக்குச் சுவரின் மத்தியில் யானை மீது அமர்ந்த தெய்வ உருவம் உள்ளது. அதற்கு இரண்டே கைகள். இவ்வுருவம் ஐராவதத்தின் மீது அமர்ந்துள்ள இந்திரனின் சிற்பமாக இருக்கலாம், அல்லது முருகனைக் குறிப்பதாகவும் இருக்கலாம்.

இவ்வுருவத்தின் தென்புறத்தில், அழகான இரு பெண்களின் உருவங்கள் உள்ளன.

ஒன்று கொடிபோல் வளைந்து எழிலின் இலக்கணமாகச் சித்திரிக்கப் பட்டுள்ள மங்கையின் உருவம். கருங்கல்லில் இவ்வாறு நளினமான உருவங்கள் அமைப்பது சாதாரண விஷயமல்ல. மலர்ந்து கொண்டிருக்கும் தாமரையை ஒத்த வனப்பு இம்மங்கையின் புன்முறுவலில் காணப்படுவது ஒரு தனிச் சிறப்பு.

பக்கத்தில் இருப்பவள் நிமிர்ந்து நிற்கும் நிலை, அந்த இள மங்கையின் நளினத்தை மேலும் பன்மடங்கு அதிகரிக்கின்றது! இதனை, சிற்பியின் உத்தி எனவே கொள்ளலாம்.

அதற்கடுத்து வடபுறத்தில் தாடியுடன் கூடிய முனிவர் ஒருவரும் அவர் பின்னால் ஒரு சீடரும் காணப்படுகின்றனர். முனிவர் கையில் நீண்ட சூலம் போன்ற ஒரு தண்டம் காணப்படுகிறது.

சுவரின் இரு கோடியிலும் இரு இளைய வாயில்காப்போரை நாம் காண்கிறோம். அவர்களது வெளிக் கரங்கள் இடுப்பைத் தாங்கி யுள்ளன. பரந்த மார்பு, அகன்ற தோள்கள், குறுகிய இடை ஆகியவை அவர்களது பலத்தைக் காட்டுகின்றன.

பல்லவ ஒழுங்கமைதியில், இவ்வுருவங்கள் கிரீடங்களும் பத்திர குண்டலங்களும் மட்டுமே அணிந்துள்ளன. இடதுபக்கம் இருப்பவர் மண்டையோடுகளால் தொகுக்கப்பட்ட பூணூல் அணிந்து, கையில் வில் ஒன்றையும் ஏந்தியுள்ளார்.

அர்ச்சுனன் ரதம் : கிழக்குச் சுவர் சிற்பங்கள்

அர்ச்சுனன் ரதம் : தெற்க்குச் சுவர் சிற்பங்கள்

தெற்குச் சுவர்

பல்லவ ஒழுங்கமைதியில் பொலிவுடன் காணப்படும் நான்கு கரங்கள் கொண்ட சிவன், ஆனந்தமாக, கால்களைக் குறுக்கே வைத்துக் கொண்டு தன் வாகனமான காளையின்மீது சாய்ந்து நிற்கும் கோலத்தில் உள்ளார். எளிய ஆபரணங்களான ஒரு சங்கிலி, இடது காதில் பத்திர குண்டலம், சடைமகுடம், இடுப்பைச் சுற்றி ஆடை ஆகியவற்றுடன் காணப்படுகிறார்.

அவரது இரு மருங்கிலும், அரசன் - அரசி ஜோடி காட்டப்பட்டுள்ளனர். இவை நுண்மையயாகவும் நேர்த்தியாகவும் செதுக்கப்பட்டுள்ளன. அரசர்கள் பரந்த மார்புடனும் திரண்ட தோள்களுடனும் காணப்படுகையில், அரசியர் மெல்லிய இடையுடன் கொடிபோல நிற்பது சிற்பத்தின் அழகைக் கூட்டுகிறது. இவர்கள் யார் எனத் தெரியவில்லை.

தென்புறத்தின் இருகோடிகளிலும் அரச பாதுகாவலர்களைக் காணலாம். அவர்கள் கடிசூத்திரம் அணிந்து கைகளில் நீளமான கத்திகளை ஏந்தியுள்ளனர். இடது பக்கத்தில் இருப்பவர் சைவ அடையாளங்களான மண்டையோடு, பிறை நிலா ஆகியவற்றுடன் காணப்படுகிறார்.

திரௌபதி ரதம்

ரதங்களிலேயே சிறிதாக, மதுரமான நளினத்துடன் சிறிய குடிசை வடிவில் செதுக்கப்பட்டுள்ள இக்கோவில் கொற்றவைக்காக உருவாக்கப்பட்டதாகும். தேவியின் உருவம் கருவறையில் செதுக்கப்பட்டுள்ளது இக்கோவிலின் ஒரு விசேஷமான அங்கம். பல்லவர்களுக்கு ஏனோ துர்கையின்மீது இத்தனை மோகம்! மாமல்ல புரத்தில் பல இடங்களில் துர்கையின் வடிவைப் பல்லவர்கள் உருவாக்கியுள்ளனர்.

அர்ச்சுனன் ரதமும் திரௌபதி ரதமும் ஒரே பீடத்தில்தான் உள்ளன. அடிப்பீடத்தின் பக்கங்களை, சிங்கங்களும் யானைகளும் தாங்கி நிற்பவைபோல் அடுத்தடுத்து செதுக்கப்பட்டுள்ளன. சதுர வடிவில் அமைந்த கருவறையின்மேல் எளிய குடிசைபோல் விமானம் செதுக்கப்பட்டுள்ளது. இதன் முனைகளில் அழகிய கொடி வேலைகள் காணப்படுகின்றன.

வாயில்கதவும் அடுத்துள்ள பிறைகளும் அழகான மகர தோரணங்களால் அலங்கரிக்கப்பட்டுள்ளன. இவற்றுக்கு மேலும் கூரை

திரௌபதி ரதம் கருவறையில் கொற்றவையின் சிற்பம்

முனைகளின் கீழும் பூதகணங்களின் வடிவமைப்புகள். நளினமான இரு துவாரபாலிகைகள் வாயிலைக் காத்துக்கொண்டுள்ளனர். உருவில் ஒன்றுபோல இருப்பினும் இவர்களுக்கு இடையில் நுண்ணிய வேறுபாடுகளைக் காணலாம்.

கருவறையின் பின்புறச் சுவரில் கொற்றவையின் சிற்பம் செதுக்கப் பட்டுள்ளது. தாமரை மலர்மேல் நின்றுகொண்டிருப்பளாக, நான்கு கைகளுடன் தேவி விளங்குகிறாள். மேல் இருமருங்கிலும் கணங்கள் வாளுடன் காணப்படுகின்றன. தேவியின் ஒரு கை சிதிலம் அடைந்துள்ளது. மற்றொரு கையில் அவள் சக்கரம் ஏந்தியுள்ளாள். கீழ் இரு கைகளில் ஒன்று அபயம் அளிக்கிறது. மற்றது தொடைமீது அமர்ந்துள்ளது. தேவியின் காலடியில் அடியார் இருவர் அமர்ந் துள்ளனர். ஒருவர் மலரால் அர்ச்சிக்கும் நிலையில் இருக்க, மற்றவர், வாளால் தன் தலையை அரிந்துகொள்ளும் காட்சியைக் காண்கிறோம். இதே காட்சியை நாம் வராக மண்டபத்திலும் பார்த்திருக்கிறோம்.

மூன்று வெளிப்புறச் சுவர்களிலும் உள்ள பிறைகளில் தேவியின் புடைப்புச் சிற்பங்கள் வெவ்வேறு நிலையில் முடிக்கப்பட்டுள்ளபடி இருப்பதைக் காணலாம். இவை ஒவ்வொன்றுக்கும் மேலாக அலங்கார மகர தோரணங்களும் உள்ளன.

சகதேவ ரதம்

எல்லாவிதமான அமைப்புகளையும் செய்து பார்க்க வேண்டும் என்ற பல்லவர்களின் அதிசய நோக்கு இங்கு புலப்படுகிறது. உருவத்தில் இது யானையின் பின்புறத்தை ஒத்திருப்பதால் கஜபிரஷ்டம் (தூங்கானை) அல்லது சாபா (தொடுக்கப்பட்ட வில்) எனப்படுகிறது. இக்கோவில் அடித்தளம் தொடங்கி உச்சி வரை இதே வடிவிலேயே உள்ளது.

இந்தப் பாறை மற்ற பாறைகளிலிருந்து தனித்து இருந்திருக்க வேண்டும். மூன்று அடுக்குகளைக் கொண்ட இக்கோவில் தெற்கை நோக்கி அமைக்கப்பட்ட காரணம் இப்பாறையின் இயற்கை நிலையே. மேல்கட்ட அமைப்புகள், தர்மராஜ, பீம, அர்ச்சுனன் ரதங்களையே ஒத்துள்ளன. தென்பக்கத்தில் இருக்கும் இதன் அலங்கார வளைவு களும் உருக்களும் பீம ரதத்தின் பக்கங்களைப் போலவே உள்ளன. ஒரு சிறு கருவறை காணப்படுகிறது. கருவறையில் மூலக்கடவுளோ அல்லது வாயில்காவலரோ இல்லை. ஆகையால் இக்கோவில் எந்த தெய்வத்துக்காக எழுப்பப்பட்டது என்று அறிய முடிவதில்லை.

இக்கோவிலின் அருகில் பெரிய யானை உரு ஒன்று செதுக்கப் பட்டுள்ளது. யானையின் உருவமைப்புக்கும் தூங்கானை வடிவமைப் புக்கும் ஒருமையைக் காணலாம். ஒருவேளை உருவ அமைப்பின் முக்கியத்துவத்தைக் காட்டவே இந்த யானைச் சிற்பம் இங்கு அமைக்கப்பட்டதோ?

கணேச ரதம்

பசுமையான சூழலில் செதுக்கப்பட்டிருக்கும், கிட்டத்தட்ட முடிக்கப் பட்ட நிலையில் உள்ள இந்த எழில்மிகு ரதம், கண்ணியத்துடன் காட்சியளிக்கிறது. பிற்காலத்தில் பிரதிஷ்டை செய்யப்பட்ட விநாயகர் உரு இங்கு வழிபாட்டில் உள்ளது.

இரண்டு அடுக்காக அமைக்கப்பட்டிருக்கும் இக்கோவிலின் மேல் தளத்துக்குச் செல்ல வழி இல்லை. கருவறையின் முன்னர் யாளி அடித் தளத்துடன் உள்ள இரண்டு முழுத் தூண்களும் இரண்டு அரைத் தூண்களும் தாங்கிய மண்டபம் உள்ளது. வாயிலில், குறுகிய கூடுகளில் எழில்மிகு துவாரபாலகர்கள், சற்றே நாணம் கலந்த புன்னகையுடன் காணப்படுகின்றனர்.

குறுகிய மண்டபத்தின் சுவரில் பல்லவ கிரந்த எழுத்துகளில், வடமொழிச் செய்யுள்கள் எழுதப்பட்டுள்ளன.

அக்கல்வெட்டிலிருந்து அத்யந்தகாமன் என்ற மன்னன் குடிமக்களுடைய விருப்பங்கள் எல்லாம் பூர்த்தியடையவேண்டி, சிவனுக்கு இக்கோவிலை எடுப்பித்தான் என்றும், இதன் பெயர் 'அத்யந்தகாம பல்லவேஸ்வர கிருகம்' என்றும் அறிகிறோம். முன்பே குறிப்பிட்டபடி, ஏறக்குறைய இதே வாசகங்கள் அடங்கிய மேலும் இரு கல்வெட்டுகள் மாமல்லையில் காணப்படுவது பல்லவப் புதிர்களில் ஒன்றாகும்.

வெளிச்சுவர் பிறைகளில் சிற்பங்கள் ஒன்றும் இல்லை என்றாலும், மேல்கட்டுகளில் சிறந்த அலங்கார வடிவமைப்புகள் உள்ளன. கோவில் நீள்சதுர வடிவில் உள்ளதால், மூலைகளில் பீம ரதத்தைப் போன்ற பிரத்தியேக அமைப்புகள் உள்ளன. சிகரத்தின் இரு பக்கங்களும் வளைவுகளாக அமைந்துள்ளன. பீம ரதத்தைப் போலவே இங்கும் சிறிய கோவில்கள் புடைப்புச் சிற்பங்களாக அமைக்கப்பட்டுள்ளன.

சிகரத்தின் இரு மருங்கிலும் திரிசூல வடிவுகள் உள்ளன். வடக்குப் புறத்து சூலம் சேதமடைந்துள்ளது. முழுதாக இருக்கும் திரிசூலம், திரிசூலதேவனை நினவூட்டுகிறது.

பிடாரி, வலையன்குட்டை ரதங்கள்

மாமல்லபுரத்து எல்லைப்புறத்தில், நகரத்து இரைச்சலைத் தாண்டி மூன்று குன்றுக்கோவில்கள் தனித்த கம்பீரத்துடன் நிற்கின்றன. அர்ச்சுனன் ரதத்துப் பாணியைக் கொண்ட இவை உருவில் சிறியவை; சிற்பங்கள் ஏதுமின்றி உள்ளன. எந்தத் தெய்வங்களுக்காக எழுப்பப் பட்டவை என்று அறிய இயலாது. ஆனால் சாதாரணமான நோக்கில் கூட இவற்றில் சிற்பத்திறமை பளிச்சிடுவதைப் பார்க்கலாம்.

பிடாரி ரதங்கள்

பிடாரி ரதங்கள் இரண்டிலும் விமானப் பகுதிமட்டும் செதுக்கப் பட்டுள்ளது. முடிக்கப்படாத நிலையில் உள்ள இவற்றில் கல்வெட்டு ஏதுமில்லை. கீழ்ப்பகுதியில் பணி, தொடக்க நிலையிலேயே உள்ளது.

இரண்டு விமானங்களும் வெவ்வேறு அமைப்பு உடையவை. ஒன்று எண்சதுர திராவிட சிகரத்தையும் மற்றொன்று சதுரமான நாகரி

சிகரத்தையும் கொண்டுள்ளது. மேல்தளங்கள் வழக்கமான முறையில் அலங்கரிக்கப்பட்டுள்ளன. தெற்கு ரதத்தில் சில வாயில்காப்போர் சிற்பங்கள் மார்பளவில் உள்ளன. மற்றதில் இதுவும் இல்லை. வடக்கு ரதத்தில் கிட்டத்தட்ட முடிவுற்ற நிலையில் எழில்மிகு மகர தோரணத்தைக் காணலாம். தெற்கு ரதம் கிழக்கு நோக்கியிருக்க, வடக்கு ரதம் வடக்கு நோக்கியே உள்ளது. தெற்கு நோக்கிய அமைப்பு எங்குமே இல்லை.

வலையன்குட்டை ரதம்

பிடாரி ரதங்களிலிருந்து மகிழ்வூட்டும் சிறு நடைதூரத்திலேயே வலையன்குட்டை என்ற மிகவும் வடிந்துவிட்ட குட்டை ஒன்று உள்ளது. அதன் அருகே ஒரு சிறு ரதக் கோவில் உள்ளது. ஆகையால் வலையன்குட்டை ரதம் என்று இதைக் கூறுவர்.

சதுரமான நாகரி சிகரம் கொண்ட இக்கோவில் கிழக்கு நோக்கியுள்ளது. இதன் அடித்தளம் முடிவுறாத நிலையில் உள்ளது. அதன் வடப்பக்கம் மட்டும் சற்றே முடிந்த நிலையில் காணப்படுகிறது. அங்கு சிற்பம் ஒன்றும் இல்லாத பிறையைக் காணலாம். சிறிய அளவில் இருந்தபோதிலும் இது அர்ச்சுனன் ரதத்தைப் போல வடிவமைப்பு கொண்டு எழில் வாய்ந்துள்ளது.

கட்டுமானக் கோவில்கள்

செங்கல், சுண்ணம், மரம் ஆகியவற்றைக் கொண்டு வழக்கமான முறையில் கட்டப்படும் கோவில்களின் நகல்களாகவே கடினமான கருங்கற்களால் ஆக்கப்பட்ட கற்கோவில்களைக் கொள்ளலாம். தென்னிந்தியாவில் குகைக் கோவில்களைக் கட்ட சாளுக்கியர்கள்தான் முதன்முதலாக இம்முறையைக் கையாண்டனர். ஆனால் பல்லவர்கள் முதலில் குகைக் கோவில்களைக் கட்டியபின்னர், கட்டுமானக் கோவில்களை உருவாக்கத் தொடங்கினர். இதன் இடையில் ஒற்றைக் கல் கோவில்களையும் எழுப்பினர். அவர்களது முயற்சிகளை எப்படித்தான் பாராட்டுவது!

ஒற்றைக் கல் கோவில்களுக்கு அடுத்துதான் கல் கட்டுமானக் கோவில்கள் உருவாக்கப்பட்டன என்று நாம் புரிந்துகொள்ளலாம். குன்றுகள் இருக்கும் இடத்தில்தான் ஒற்றைக் கல் கோவில்களைக் கட்டமுடியும். பல்லவர்களது இணையற்ற தலைநகரான காஞ்சியிலோ அதற்குத் தகுந்த பெருங்குன்றுகள் இல்லை!

ஆனால் அவர்களது பகைவர்களான சாளுக்கியர்களுக்கோ இந்தப் பிரச்னை கிடையாது. பல்லவர்கள் சளைத்தவர்களா என்ன? ராஜசிம்மப் பல்லவன்தான் முதன்முதலாகக் கட்டுமானக் கோவில்களை எழுப்பினான் என்பது பல அறிஞர்களும் ஏற்றுக்கொள்ளும் கருத்தாகும்.

தேவையான மூலப்பொருள்

கூர்ந்து பார்க்கையில் கோவில் கட்டுவதற்கான மூலப் பொருள் குறித்துப் பல பரிசோதனைகள் செய்யப்பட்டுள்ளதை நாம்

அறியலாம். சாளுக்கியர்கள் மிருதுவான மணற்பாறைகளைத்தான் தொடர்ந்து தேர்ந்தெடுத்து வந்துள்ளனர். பல்லவர்களோ கடினமான கருங்கல்லைப் பயன்படுத்தி அதில் நல்லதொரு தேர்ச்சியையும் அடைந்திருந்தனர்.

பல்லவர்களுக்குக் கிடைத்த மூலப்பொருள் இது மட்டும்தான் எனவும் கொள்ளலாம். கடினமான கருங்கல், ரதங்களுக்கும் குகைக் கோவில் களுக்கும் பயன்பட்டன. ஆனால் கட்டுமானக் கோவில்களைக் கட்ட பல்வேறு கற்களை பல்லவர்கள் முயற்சித்துப் பார்த்துள்ளனர். முகுந்தநாயனார் கோவிலுக்கு சற்றே மிருதுவான சிவப்புக் கல்லும், உழக்கு எண்ணெய் ஈஸ்வரர் கோயில் கட்ட, இன்னும் மிருதுவான சாம்பல் நிறக் கல்லும் பயன்படுத்தப்பட்டுள்ளன. மற்ற இடங்களில் வேறுபல கற்களையும் உபயோகித்துள்ளனர். அருகிலேயே கிடைக்கக்கூடிய மிருதுவான மணற்பாறைகளை காஞ்சிபுரத்தின் கைலாசநாதர் கோவிலில் பயன்படுத்தியுள்ளனர். இவை சீக்கிர மாகவே கரையக்கூடியவை. மேலும் கருங்கல்லில் செய்யக்கூடியது போல சிற்பங்கள் சிறப்பாக அமையாது.

மாமல்லை கட்டுமானக் கோவில்களின் காலக்கணிப்பு

காலக் கணக்கீட்டின்படி, மாமல்லையின் முதல் கட்டுமானக் கோவிலாக, சிவனுக்காகக் கட்டப்பட்ட முகுந்தநாயனார் கோவிலைக் கொள்ளலாம். அதற்கு அடுத்து, மகிஷாசுர மர்த்தினி மண்டபத்தின் மேல் இருக்கும் உழக்கு எண்ணெய் ஈஸ்வரர் கோவில் மற்றும் மாமல்லையின் சிறப்பான கடற்கரையின் இரட்டைக் கோவில்கள். தரையில் ஒரு கோவில், குன்றின்மீது ஒரு கோவில், கடலையே அணைத்துக்கொண்டு ஒரு கோவில். குன்றின்மீதும் குன்றுகளைக் குடைந்தும் கலைப் பொக்கிஷங்களை உருவாக்கியுள்ள பல்லவர்களது விநோத முயற்சிகளை என்ன சொல்லிப் பாராட்டுவது?

கடற்கரைக் கோவில்கள்

மாமல்லையில், நீலவண்ண ஆகாயத்தின்கீழ் கடல் அலைகள் கரையைத் தழுவும் இடத்தில் எழில் ஓவியமாக எழுப்பப்பட்டுள்ள கோவில்கள் படம் பிடிப்போருக்குப் பரவசக் காட்சிகள்! ஆகாயத்தைத் தொடுவது போல எழுந்து நிற்கும் கோபுரங்கள், அவற்றின் பஸால்ட் கல் ஸ்தூபிகள் என அனைத்துமே கண்களுக்கு விருந்து.

இந்த கடற்கரைக் கோவில்கள்தான் மாமல்லையின் சின்னம். நீராலும் காற்றாலும் பல இடங்கள் சிதிலம் அடைந்திருந்தாலும், இவை கம்பீரமாக நிற்கின்றன. தமிழ் நாட்டின் எப்பகுதியிலும் இவற்றை ஒத்த கலை உருவைக் காண இயலாது.

இக்கோவில்களின் சுவர்ச் சிற்பங்கள் பல, இயற்கையின் சீற்றத்தால் மிகவும் சேதம் அடைந்திருந்தாலும், அவற்றின் கலையழகை நம்மால் இன்றும் உணர முடிகிறது. அவற்றின் உருவ விகிதங்களும் பொலிவும் இன்னும் அப்படியே காணப்படுகின்றன. இந்தக் கோவில்கள் இரண்டும் கல்லிலே வடித்த கவிதை என்பதைத் தவிர வேறு என்னதான் சொல்ல முடியும்?

பல்லவர் காலத்தில் இக்கோவில்களின் அருகே நின்று அலைகளின் வண்ண ஆட்டத்தில், ஆதவன் உதயத்தைக் காண்பது ஒரு சிறந்த அனுபவமாகவே இருந்திருக்க வேண்டும். 1300 ஆண்டுகளுக்குப் பின்னரும் அந்த அனுபவத்தின் ஆனந்தம் சற்றும் குறைந்த பாடில்லை. சிதிலமடைந்த சிற்பங்கள் ஒருவித மர்மம் கலந்த நிறைவையே நமக்குத் தருகின்றன.

இவ்விரு கோவில்களும் ராஜசிம்மனால் எடுப்பிக்கப்பட்டவை. இத்தகைய கலைச் செல்வத்தை மாமல்லையில் உண்டாக்கிய பல்லவர்களில் இறுதி மன்னனாக இவனைச் சொல்லலாம். இவ்விடத்தின் ஒரு பகுதியை கடற்கோள் கொண்டுவிட்டதாக நம்பப்படுகிறது.

இங்கு நிலவி வரும் பழங்கதைகள்படி இன்னும் சில கடற்கரைக் கோவில்கள் கடலுள் இருப்பதாகச் சொல்வர். அதேபோல சில நூற்றாண்டுகளாக, கோவில் கோபுரங்கள் கடலில் தெரிவதாகவும் கூறப்படுகிறது.

எனவே இங்கு கடலுக்கு அடியில் அகழ்வாராய்ச்சி மேற்கொள்ளப் பட்டது. ஆனால் இதுவரை கிடைத்த தடயங்களிலிருந்து எதையும் முடிவாகச் சொல்ல முடியவில்லை. கோவில்கள் இன்று உள்ள படியே, அன்றே கடல் ஓரத்திலேயே கட்டப்பட்டிருக்கலாம். துவஜஸ் தம்பம், பலிபீடம் போன்ற சில கோவில் அமைப்புகள், சாதாரண மாகக் கோவில்களின் முன்புறத்தில்தான் இருக்கவேண்டும். ஆனால் இங்கே அவை கோவில்களின் பின்புறம் காணப்படுவது, இப்போது இருக்கும் கோவில்கள் கடலின் விளிம்பில் கட்டப்பட்டிருந்திருக்க வேண்டும் என்றே நம்ப இடம் அளிக்கிறது.

இரு கோவில்களின் இடையில் உள்ள நீள்சதுரக் கோவில் அநந்தசயனப் பெருமாளாக விளங்கும் திருமாலுக்கு எடுக்கப்பட்டது. அந்தக் காலத்திலேயே இக்கோவில் வழிபாட்டில் இருந்தமையால், இதைச் சுற்றி மற்ற இரு கோவில்களும் எட்டாம் நூற்றாண்டின் ஆரம்ப காலத்தில் எழுப்பப்பட்டிருக்கலாம். இது ஓர் ஒற்றைக்கல் மூர்த்தி. இவ்வுருவம் சிறப்பாக இல்லை என்றாலும், அக்காலத்தில் இதுதான் மற்ற கோவில்களுக்கும் மாமல்லையின் கலைக் கண்காட்சிக்குமே கருவாக இருந்திருக்கவேண்டும்.

ஏன் இப்படிக் கடலோரத்தில், இயற்கையின் சீற்றத்துக்கு உள்ளாக்கப் படுமாறு கோவில்கள் எழுப்பப்பட்டன என்பது ஒரு புரியாத புதிரே! அத்யந்தகாமனின் விநோத மனப்போக்கில் இதுவும் ஒன்று என்றே கொள்ளவேண்டும்.

இப்பெரும் பல்லவச் செழுமை, கவனிப்பார் இன்றி பல நூற்றாண்டுகள் இருந்திருக்கிறது. ஐரோப்பியரின் வருகைக்குப் பின்னரே இந்த எழில்மிகு கலைப் பொக்கிஷம் வெளிவந்துள்ளது.

18-ம் நூற்றாண்டின் இறுதிக் கட்டத்தில், தமிழகத்தின் பழமை மிக்க கையெழுத்துப் பிரதிகள், ஓலைச் சுவடிகள் போன்றவற்றைச் சேகரித்து உலகுக்கு அறிமுகப்படுத்திய காலின் மெக்கின்சி, இவ்வழகின் சிறப்பையும் வெளிக்கொணர்ந்தார். நமது பழம் பெருமைகளைக் கண்டுபிடித்து அறிமுகப்படுத்திய அவருக்கு நாம் பலவகைகளில் கடமைப்பட்டுள்ளோம்.

சத்திரிய சிம்மேஸ்வரம்

நேர்த்தி மிக்க ஐந்து அடுக்குகளும் உயரமான எண்பட்டைச் சிகரமும் கொண்ட கிழக்கு நோக்கிய கோவிலுக்கு 'சத்திரியசிம்ம பல்லவேஸ்வர கிருகம்' என்று பெயர். சமீபகாலம் வரை இக் கோவிலைக் கடல் அலைகள் வருடிச் சென்றுள்ளன. அதன் விளைவு நன்றாகவே தெரிகிறது. சிதைவுக்கு மற்றொரு காரணம், இங்கு பயன்படுத்தப்பட்டுள்ள சற்றே மிருதுவான கல்லும்கூட. கோபுரத்தின் ஆரம்பகட்டத்தை இங்கே காண்பதும், பல்லவர் கோவிலில் முதல் முறையாக கணேச உருவம் காணப்படுவதும் இந்தக் கோவிலுக்கு மகிமை கூட்டுவதாகும்.

கருவறை

பின்புறம், சுவரில் ராஜசிம்மப் பல்லவனின் முத்திரையான சோமாஸ்கந்தரின் புடைப்பு உருவம் இருக்கிறது. நான்கு கரங்கள் கொண்ட சிவன் நீள்சதுரத் திட்டில் சுகாசனத்தில் அமர்ந்து உள்ளார். அவரது இடப்பக்கத்தில் இரு கரங்கள் கொண்ட பார்வதி வீற்றிருக்கிறார். நடுவில் கந்தன் பெற்றோரின் அன்பில் திளைத்து ஆனந்தமாக அமர்ந்துள்ளதைக் காணலாம். பிரம்மனும் விஷ்ணுவும் சிவனுக்குப் பின்னால் நின்று கொண்டுள்ளனர். சிறந்த முறையில் அமைக்கப்பட்டுள்ள இச்சிற்பத்தில் எல்லோரும் நம்மை நோக்கியபடியே உள்ளனர்.

பதினாறு பட்டைகளுடன் உள்ள லிங்க உருவம் கருவறையில் உள்ளது. இது பிற்காலத்தில் வைக்கப்பட்டிருக்கலாம்.

திருச்சுற்றின் சிற்பங்கள்

திருச்சுற்றின் சுவர்களை அழகு மிகு புடைப்புச் சிற்பங்கள் அலங்கரிக்கின்றன. இங்கு மிக அழகான கொற்றவையின் சிற்பத்தைக் காணலாம். தேவியின் உருவில் கடுமை இல்லை; மாறாக, இடதுகாலைத் தனது சிம்ம வாகனத்தின்மீது ஊன்றி ஒரு பெரிய வில்லைக் கையில் ஏந்தியுள்ளாள். மகிஷாசுரனுடனான போருக்கு ஆயத்தமாகிக் கொண்டிருக்கிறாள் போலும்! வடபுறச் சுவரிலும் தேவியின் மற்றொரு உரு உள்ளது.

கொற்றவையின் சிற்பம்

கணேசச் சிற்பம்

ராஜசிம்மன் காலத்தில்தான் முதன்முறையாகப் பல்லவர் கோவில்களில் கணேச உருவங்கள் வைக்கப்பட்டன. மேல்கட்டில் பல கணேசச் சிற்பங்களைக் காணலாம். வடப்புறச் சுவரில் அடையாளம் காணமுடியாத பல சிற்பங்கள் உள்ளன. அவை எவற்றைக் குறிக்கின்றன என்பது தெளிவாக இல்லை. அவற்றில் சில நமது கவனத்தை ஈர்ப்பவை. அர்ச்சுனன் தவச் சிற்பத் தொகுதியில் காணப்படுவது போன்ற கபடப் பூனை ஒன்று இங்கு பொய்த்தவம் செய்துகொண்டிருப்பதைக் காணலாம். அதேபோல அந்தச் சிற்பத் தொகுதியில் இடம் பெற்றுள்ள வேறு சிலவற்றையும் இங்கு பார்க்கலாம்.

ஜலசயனப் பெருமாள்

இரு சிவன் கோவில்களுக்கும் இடையில் பள்ளிகொண்ட பெருமாளுக்கு ஒரு கோவில் உள்ளது. துரதிர்ஷ்டவசமாக, இங்கு வரும் பெரும்பாலானோரால் இது கவனிக்கப்படுவதில்லை. ஜலசயனப் பெருமாள் என்று அழைக்கப்பட்டதன் காரணம் கடலருகில் இருந்தமையாக இருக்கலாம். ஒரே கல்லில் செதுக்கப்பட்ட இவ்வுருவம் தொன்மையானது. இங்கு பெருமாள் தனது படுக்கையான அரவத்தின் மீது அல்லாது ஒரு கல்லின் மீதே தெற்கு நோக்கித் தலையை வைத்துச் சயனித்திருக்கிறார். நீண்ட உருவத்தைக் கொண்டுள்ளதால், கோவிலும் நீள்சதுர அமைப்பிலே உள்ளது. பல்லவத் தரத்தின்படிப் பார்த்தால் இவ்வுருவம் சற்றே எழில் குறைந்ததாகவே காணப்படுகிறது.

இதன் தெற்குப் பகுதியில் கஜேந்திர மோட்சக் காட்சியைக் காணலாம். வடக்கில் காளியமர்த்தன உருவையும், சற்றே தள்ளி கிருஷ்ணன் குதிரை உருவில் உள்ள ஓர் அசுரனை வதம் செய்வதையும் காணலாம்.

ராஜசிம்மேஸ்வரம்

இக்கோவில் முந்தைய கோவிலை ஒத்திருந்தாலும் அதைவிடச் சிறியது. இதுவும் சதுர அமைப்பிலானது. மேல்பகுதியும் சிகரமும் எண்பட்டை வடிவு கொண்டவை. வீரிட்டெழும் சிங்கங்களும், சங்கு ஊதும் கணங்களும் இக்கோவில் ராஜசிம்மனுடையது என்பதைப் பறைசாற்றுகின்றன. இன்றும் நல்ல நிலையில் உள்ள சோமஸ்கந்தச் சிற்பம் ஒன்று கருவறையின் சுவரில் செதுக்கப்பட்டுள்ளது. பல்லவர் கலைக்கு இது ஒரு வியத்தகும் சான்று.

நுழை வாயிலும் மகா மண்டபமும்

இந்த இரட்டைக்கோவில்களுக்கும் சேர்த்து பொதுவாக மேற்கில் ஒரு மகா மண்டபம் உள்ளது. இப்போது அது ஒரு பெரும் திறந்த வெளியாக உள்ளது. பெரிய மண்டபமும் திருச்சுற்றும் இயற்கையின் சீற்றத்தால் பெரிதும் சேதமடைந்துள்ளன. உட்புறச் சுவரில் பல்லவ சரித்திரத்தைக் கூறும் புடைப்புச் சிற்பங்கள் இருந்திருக்க லாம். பிற்காலத்தில் அகழ்வாராய்ச்சி யின்போது கிடைக்கப்பெற்ற சிலைகளையெல்லாம் பிராகாரத்தில் வைத்துள்ளனர்.

முக்கிய நுழைவாயிலை இரு சிற்பங்கள் அலங்கரிக்கின்றன. தெற்கில் இருப்பது மூன்று தலைகள், ஆறு கரங்கள் (சூலமும் அரவமும் தாங்கி நிற்பவை) கொண்ட ஏகபாத மூர்த்தியாகக் காட்சி தரும் சிவன்.

மேற்கில் நாகராஜன் பல தலைகள் கொண்ட அரவத்தின்கீழ் உள்ளதைக் காணலாம். வாயிலின் முன்னர் மூன்று பலிபீடங்கள் உள்ளன. ராஜசிம்மனின் மிகைப்பட்ட புகழைக் கூறும் வடமொழி ஸ்லோகங்கள் அவற்றில் பொறிக்கப்பட்டுள்ளன்.

ராஜசிம்மேஸ்வரம்
கருவறைச் சுவரில்
சோமஸ்கந்தச் சிற்பம்

கடற்கரைக் கோவில்கள் வளாகம்

வட பகுதியில் சமீபத்திய அகழ்வாய்வின்போது வெளிக்கொணரப் பட்ட சில அபூர்வச் சிற்பங்களைக் காணலாம். அவை அனைத்தும், ஆழமற்ற நீள் அரைவட்டக் கிணறு போன்ற இடத்தில் உள்ளன.

வராக உருவம்

காட்டுப்பன்றி உருவம் வராக அவதாரத்தைக் குறிக்கிறது என்று கொள்ளலாம். பன்றியின் நீண்ட மூக்கு பூமியைத் தோண்டுவதாக அமைக்கப் பட்டுள்ளதால் புராணக் கதையின்படி, பன்றி உருவமாக விஷ்ணு சிவனின் பாதங்களைத் தேடிச் சென்றதைக் குறிப்பதாக இருக்கலாம். கால்களின் இடையில் தோன்றும் தாமரைகளும் நீர்ச்சுழற்சிகளும் கடலைக் குறிப்பதாகக் கொள்ளலாம். இம்மாதிரியான சிற்பங்களை பல்லவர் கள் அதிகமாகச் செய்ததில்லை. அழகான பல்லவ கிரந்த எழுத்தில் இவ்வுருவத்தின் பீடத்திலும் பக்கத்தில் இருக்கும் படிகளிலும் ராஜசிம்மனின் புகழ்பாடும் கல்வெட்டு உள்ளது. சேதப்படுத்தப்பட்டு பல துண்டுகளாக உடைந்திருந்த இந்தச் சிற்பத்தை சமீபகாலத்தில் ஒன்று சேர்த்து வைத்துள்ளனர் என்பது கண்கூடு.

சிறிய அளவில் சிவன் கோவில்

வராக உருவின் வடக்கில் சிவனுக்கு சிறிதாக, ஆனால் முழுமையாக கிழக்கு நோக்கிய கோவில் ஒன்று உள்ளது. குன்றையே அடித் தளமாகக் கொண்டு, ஐந்து பகுதிகளால் ஆன உருளை வடிவத்தில் இந்தக் கோவில் அமைக்கப்பட்டுள்ளது. கிழக்கில் வாயில் கொண்டு, நான்கு அரைத் தூண்களால் தாங்கப்பட்டுள்ளது. இந்த அரைத் தூண்கள், ராஜசிம்மனுடைய முத்திரையான சிங்க உருக்களைக் கொண்டுள்ளன. காளைமீது அமர்ந்து இருக்கும் வீணாதார சிவனைக் கருவறையில் கொண்டுள்ளது. பக்கத்துச் சுவர்களில் விஷ்ணுவும் பிரம்மாவும் காணப்படுகின்றனர். எழில் மிகு சிறு சிற்பங்களான இவற்றைக் காலமும் இயற்கையும் பாழ்படுத்தியுள்ளன.

ஒரு மூடியைப் போல அமைந்துள்ள மூன்றாவது மேல்பகுதி ஜன்னல்களைக் கொண்டு, சிங்க யாளி உருவங்களுடன் உள்ளது. நான்காவதான சிகரம், நான்கு கூடுகளுடன் உள்ளது. பீம, சகதேவ, கணேச ரதங்களின் கூரைப் பகுதிகளில் இதைப் போன்ற சிறிய அளவிலான கோவில் உருவ அமைப்புகளைக் காணலாம்.

புடைப்புச் சிற்பங்களுடன் கிணறு

முந்தைய சிற்பத்தின் வடபுறம் அதே பாறையிலேயே கிணறு ஒன்று வெட்டப்பட்டுள்ளது. அதன் சுவரில் புடைப்புச் சிற்பம் ஒன்று இருப்பதுதான் இதன் முக்கியத்துவம். அதில் காண்பது தேவியின் உருவமோ அல்லது ராணி ஒருத்தியின் உருவமோ என்று தெரிய வில்லை. ஆனால் இரு தோழியருடன் அந்த உருவம்  மிக அழகாக அமைக்கப்பட்டுள்ளது. இம்மாதிரியான சிற்பங்கள் முதல் தடவையாகவும் கடைசியாகவும் மாமல்லையில்தான் குடைவிக்கப்பட்டன என்பதை நாம் மனத்தில் கொள்ளவேண்டும்!

சிம்மக்கோவில்

அத்யந்தகாமனின் எண்ணச் சிறப்புக்கு மற்றொரு உதாரணம்தான், தனது வாகனத்தையே கோவிலாகக் கொண்டுள்ள கொற்றவையின் இந்தச் சிறிய கோவில்! பல்லவர்களின் சிறப்புத் தெய்வம் துர்கையே ஆயினும், இக்கோவிலின் சிறப்பு வேறெங்கும் காண இயலாதது!

சிம்மக் கோவில்

சிம்மக்கோவில் கருவறையில் மகிஷாசுரமர்த்தினி

தனியாக உள்ள இந்த அமைப்பு, கடற்கரைக் கோவில்களின் தெற்குப் பகுதியில் அமைந்துள்ளது. சிங்க உருவில் அமைக்கப்பட்ட இச்சிறு கோவிலின் உள்ளே துர்கை குடி கொண்டுள்ளாள். பல கரங்களுடன், கொய்யப்பட்ட மகிஷாசுரன் தலைமீது அமர்ந்திருக்கும் அன்னையின் அழகு தனிப்பட்டது. அத்துடன் சிற்பி நின்றுவிடவில்லை; இரு பெண் வாயில்காப்போரை அச்சிங்கத்தின்மீது இரு மருங்கிலும் எழிலுடன் அமர்த்தியுமுள்ளான்! அருகில் தலை உடைந்துபோயிருக்கும், நளினமாக அமர்ந்துள்ள மான் ஒன்றையும் காணலாம். சிற்பிகளின் திறமையை நாம் மெச்சிக்கொண்டேதான் இருக்கவேண்டும்!

மகிஷாசுரமர்த்தினி பாறை

வடக்குப் பகுதியில் கொற்றவையின் இன்னுமொரு அழகிய கோவில் பல்லவர்களின் மற்றுமொரு விந்தை! குடைவிக்கப்பட்ட இப்பாறை கடலை நோக்கியுள்ளது. கடல் அருகில் இருப்பதாலும் பாதுகாப்பு ஒன்றும் இல்லாது இருப்பதாலும் இது முற்றிலுமாக அழிந்துவிட வாய்ப்பு உண்டு. எட்டு கரங்கள் கொண்ட துர்கையைத் தன்னுள் கொண்டுள்ள இக்கோவில் வாயிலில் சிம்மத் தூண்களையும் பெண்ணுருவ வாயில்காப்போரையும் கொண்டது. இவை எல்லாமே இயற்கையின் சீற்றத்தால் சிதிலம் அடைந்துள்ளன.

வெளியே உள்ளது மற்றொரு விந்தை. தேவிக்கு பதிலாக அவளுடைய வாகனமான சிங்கம், மகிஷாசுரனைத் தாக்கிக் கொண்டிருக்கும் சிற்பம் பாறையில் செதுக்கப்பட்டுள்ளது. அந்த எருமையோ தாக்குதலைக் கண்டு அஞ்சி ஓடுவதுபோல் காட்சியளிக்கிறது. செய்ததையே திரும்பத் திரும்பச் செய்யாது, வேறுபாடுகள் கொண்ட கலைப் பொருட்களையே பல்லவர்கள் உருவாக்கினார்கள் என்பதற்கு மற்றுமோர் அத்தாட்சி இது!

சிறிய புலிக்குகை

கடற்கரைக் கோவில்களுக்குத் தெற்கில் சுமார் 100 மீட்டர் தொலைவில் மணல்பரப்பில் சில அரிய கலை உருக்கள் உள்ளன. அங்கிருந்த சில குறுங்குன்றுகள் பல்லவர் கவனத்தை ஈர்த்திருக்க வேண்டும். விட்டுவிடுவார்களா? கற்களுக்கு ஏற்றவாறு அவற்றைச் சிற்பங்களாக அமைத்துவிட்டனர். அவை இதற்குமுன் காணப்பட்ட பெருஞ்சிற்பங்களின் நகல்களே என்றாலும் சற்றே மாறுபட்டிருப் பவை. அத்யந்தகாமன் என்ற பெயர் பல்லவனுக்கு மட்டும்தானா இல்லை அவனது சிற்பிகளுக்கும் பொருந்துமா என்ற கேள்வி நம்முள் எழும்!

இங்குள்ள சிறிய புலிக்குகை அதன் முன்னோடியான சாளுவக் குப்பத்தின் புலிக்குகையை நினைவூட்டுகிறது. மூலத்தைப் போல சிறப்பு இல்லாததற்குக் காரணம், யாளிகள் முதலான சிற்பங்கள் இங்கு அதிகம் இல்லை. சற்றே பெரிய பாறை ஒன்றில் சிறிய கொற்றவை கோவில், ஒரு சிங்க உருவத்தின் மார்பில் செதுக்கப்பட்டுள்ளது. இதன் பின்பகுதியில் புலிக்குகையில் காண்பதுபோல தெய்வ உருவைத் தன்மீது கொண்டுள்ள ஒரு யானை வடிவம் உள்ளது. அங்கிருப்பதைப் போலவே இங்கும் ஓடும் குதிரை ஒன்றையும் காணலாம்.

இவ்விரு பாறைகளின் இடையில் சிறுபாறை ஒன்று, அமர்ந்திருக்கும் சிங்க உருவாக வடிக்கப்பட்டுள்ளது.

சிறிய புலிக்குகை

சிம்மக் கோவில்

முகுந்தநாயனார் கோவில்

மாமல்லபுரத்தில் உள்ள சிற்பங்களின் செம்மைக்குச் சிறிதும் தொடர்பில்லாத விசித்திரமான ஒரு கோவில் நகரின் நுழை வாயிலில் காணப்படுகிறது. அதன் கட்டடக்கலை அம்சங்கள் சிறப்பில் குறைந்தவை. தவிரவும், அவை சீராக அமைக்கப்படவில்லை. நீள்சதுர வடிவு உள்ள இக்கோவில், சதுர அமைப்பிலான சிகரத்தைக் கொண்டுள்ளது. பொருத்த மில்லாத விகிதத்தில் உள்ளதால் இது சற்றே குட்டையாகக் காணப்படுகிறது.

இவற்றைச் சரிக்கட்டுவதுபோல் இங்கும் சில எழில்மிகு சிற்பங்கள் உள்ளன. கருவறையில் பல்லவருக்கே உரித்தான மூலக்கடவுளாக அழகான சோமாஸ்கந்தர் உருவம் அலங்கரிக்கின்றது. அதன் முன்னர் ஓர் உருளை வடிவ சிவலிங்கமும் உள்ளது. கிழக்கில் உமாசகித மூர்த்தியும், தெற்கில் தட்சிணாமூர்த்தியும், மேற்கில் யோக நரசிம்மரும், வடக்கில் பிரம்மனும் காட்சி அளிக்கின்றனர்.

உழக்கு எண்ணெய் ஈஸ்வரர் கோவில்

மகிஷாசுரமர்த்தினி குகைக்கோவிலின் மீதுள்ள குன்றின்மேல் இருப்பது ராஜசிம்மனால் கட்டப்பட்ட சிவன் கோவில். குன்றின்மீது கட்டப்பட வேண்டிய அவசியம் என்ன என்பது பல்லவப் புதிர்களில் மற்றொன்று.

இந்தக் கோவில் அதிகம் அறியப் படாமல், சென்ற சில நூற்றாண்டுகளாக துஷ்பிரயோ கம் செய்யப்பட்டு வந்திருக் கிறது. இக்கோவிலின் சிகரம் இப்போது காணவில்லை.

தெற்குப் பக்கத்தில் தட்சிணா மூர்த்தியைக் காணலாம். சிவனை நடன மூர்த்தியாகக் கிழக்குச் சுவரிலும், வடக்கில் கயிலையைத் தூக்க முயன்ற ராவணனைத் தன் காலால் அழுத்தும் ராவணானுக்கிரக மூர்த்தியின் அரிய சிற்பமும் உள்ளது. இவை அனைத்துமே பழுதடைந்த நிலையில் உள்ளன. ஆனாலும் அவற்றின் சிறப்பை நம்மால் அறிய முடிகிறது.

இதுதான் மாமல்லையின் மிக உயரமான பகுதி. இங்கிருந்து மாமல்லையை ஒரு பருந்துப் பார்வையில் முழுமையாகப் பார்த்துவிட முடியும்.

பசுமையான வெளிகளின் நடுவில், அங்குமிங்குமாகப் பல்லவர் கோவில்கள் காட்சி யளிக்கின்றன. மல்லையின் எல்லையெனக் கடல் வங்காள விரிகுடாவாக நம் கண்முன்னர் விரிகிறது. அங்கு கடல் எல்லைக் காவலர்களே போலக் கடற்கரைக் கோவில்கள் நிரந்தர மாக நிற்கின்றன! வருவோரும் போவோரும், சரித்திரத்தின் ஒரு மாபெரும் காலகட்டத்தைத் தாம் கடக்கிறோம் என்பதை அறியார்!

தட்சிணாமூர்த்தி

நடன சிவன்

ராவணானுக்கிரக மூர்த்தி

திறந்தவெளிப் பாறைச் சிற்பங்கள்

பாறைச் சிற்பங்கள்தாம் மாமல்லையின் தனிச் சிறப்பு. உலகெங்கும் உள்ள கலைகளின் சரித்திரத்தில் இவை தனிஇடத்தைப் பெறுகின்றன.

பாறைப் புடைப்புச் சிற்பங்கள் இவற்றுக்கு முன்னரும் செதுக்கப் பட்டுள்ளன. உதாரணமாக, அஜந்தா, அமராவதி போன்ற இடங்களிலும் இன்னும் சில இடங்களிலும் அவை உள்ளன. ஆயினும் செங்குத்தாக நிற்கும் பெரும் பாறைகளில் ஓவியனின் திரைச்சீலையில் வரையும் சித்திரங்கள்போல உருவாக்கப்பட்ட அத்யந்தகாமனின் தனித்துவம் வாய்ந்த மாமல்லையின் பாறைச்சிற்பங்கள் போல அதற்குமுன் வேறு எங்கும் இல்லை! அதற்குப் பிறகு எவரும் முனையவும் இல்லை.

சாதாரணமாக, புராணக் கதைகளிலிருந்து எடுக்கப்பட்ட சம்பவங்களே சிற்பங்களாகப் படைக்கப்படும். ஆனால் இங்குள்ள அர்ச்சுனன் தவம் எனப்படும் பெருந்தவப் பாறைச் சிற்பம், ஆநிரை காக்க குன்றமெடுத்த கண்ணனின் கோவர்த்தனகிரி பாறைச் சிற்பம் போன்ற தொகுதிகள், அவ்வாறு கதைகளை மட்டும் எடுத்துரைக்காது, அக்காலத்திய வாழ்க்கை முறைகளையும் பண்பாடுகளையும் தம்முள் பதிவாகவே வைத்துள்ளன. ஆகையால், இவற்றை, இலக்கியத்தையும் நம்பிக்கையையும் கலந்த சிறந்த சரித்திரப் பதிவுகளாகவே நாம் பார்க்கவேண்டும். அதே நேரம் கலை அழகு சற்றும் குறையாது, செவ்வியல் சிற்பக் கலை சொல்லும் அழகுக்கும் முக்கியத்துவம் கொடுக்கப்பட்டுள்ளது. அத்துடன் பல்லவர்கள் தமக்கே உரிய உத்திகளான சிலேடைகளையும் மர்மங்களையும் சிற்பத்தில் புகுத்து வதையும் விட்டுவிடவில்லை!

இவ்விரு உன்னத பெரும் பாறைச் சிற்பங்களைத் தவிர இன்னுமொரு முடிக்கப்படாத பெருந்தவச் சிற்பம் அருகிலேயே உள்ளது. யானைகளை விரும்பிப் படைத்த பல்லவர்கள் பெருந்தவச் சிற்பத்தில் அவற்றைப் பெரும் உருவில் படைத்துள்ளனர். திரிமூர்த்தி மண்டபத்தின் பின்னர் உள்ள புடைப்புச் சிற்பத்திலும் யானைகள் உள்ளன. அவை உருவில் பெரியவை அல்ல; ஆனல் உயிரோட்டத்தில் மிகச் சிறந்தவை!

மகிஷாசுரமர்த்தினி மண்டபத்தில் இருக்கும் துர்கை போரிடும் காட்சியின் தொடர்காட்சியை சாளுவக்குப்பத்தில் காணலாம். இவ்வாறு, செய்தவற்றையே மறுபடியும், ஆனால் வெவ்வேறு முறைகளில் செய்ய முயல்வது பல்லவர்களுக்கு கைவந்த கலையாக இருந்துள்ளது.

பெருந்தவம்

மாமல்லையின் சிறப்பம்சமான இந்தப் பாறைச் சிற்பத் தொகுதி, அர்ச்சுனன் தவம் என்றும் பகீரதன் தவம் என்றும் குறிக்கப்படுகிறது. ஆனால், வழக்கில் அர்ச்சுனன் தவம் என்றே பெரும்பாலோரால் அழைக்கப்படுகிறது. இதுதான் இந்தியாவிலேயே, (ஏன் உலகிலேயே என்றுகூடச் சொல்லலாம்) மிகப்பெரிய திறந்தவெளி பாறைப் புடைப்புச் சிற்பம். 100 அடி நீளமும் 40 அடி உயரமும் கொண்ட இப்பாறைச் சிற்பம், பல தெய்வ, மனித, மிருக உருவங்களைத் தன்னில் கொண்டுள்ளது.

இதன் அளவையும் நேர்த்தியையும், நுணுக்கத்தையும் கண்டதும் நாம் பிரமித்து நிற்கிறோம்! தமிழகத்தின் கலையுணர்வின் சிகரத்தை இது எட்டியுள்ளது.

காட்சி அமைப்பு

இரு பெரும் பாறைகளில் இச்சிற்பம் செதுக்கப்பட்டிருக்கிறது. நடுவில் உள்ள பாறைப்பிளவு, இத்துடன் லாகவமாக இணைக்கப் பட்டுள்ளது. அதன் இடையே உள்ள ஒரு சிறிய வெளியை மையமாக, ஒரு நதி பாய்ந்து வரும் அமைப்பாகக் கொண்டு, இருபுறத்தும் உள்ள பாறைகளில் எழில்வாய்ந்த சிற்பங்கள் உருவாக்கப்பட்டுள்ளன. ஆகாயத்தில் தோன்றி, பூவுலகை நோக்கிப் பாய்ந்து, அதையும் தாண்டி கீழுலகுக்கு ஊடுருவிச் செல்லும் நதியாக அப்பிளவைச் சிற்பி அகக் கண்ணால் கண்டு, படைத்தும் விட்டான்! ஆகையால் மூவுலகை யும் இணைக்கும் இழைபோல் இந்தச் சிற்பத் தொகுதி காணப்படுகிறது.

இந்தத் தொகுதியில் சுமார் 150 உயிர்ப் படைப்புகளைக் காணலாம். விண்ணிலே வாழும் தேவர்கள், கந்தர்வர்கள், கின்னரர்கள், சித்தர்கள் ஆகியோர் விசும்பிலே சுலபமாகத் திரிகிறார்கள். காடுகள், மரங்கள், அச்சூழ்நிலைக்கு ஏற்ப வாழும் உயிரினங்கள் ஆகியவை உள்ளன. கோவில், அங்கு தொழுதுகொண்டிருக்கும் பக்தர்கள், பகல் பூஜை களை முடித்து, தொடர்ந்து செய்யவேண்டிய சடங்குகளைச் செய்து கொண்டிருக்கும் முனிவர்கள், நீரோட்டத்தில் திளைத்தபடி இருக்கும் நாகர்கள் முதலிய உருவங்கள் இச்சிற்பத்துக்கு உயிரோட்டத்தைக் கொடுக்கின்றன. கணங்கள் அருகில் இருக்க, கம்பீரமாக நிற்கும் சிவனும் தொழுதுகொண்டிருப்பவரின் தோற்றமும்தான் இந்தச் சிற்பத் தொகுதியின் உயிர்நாடிகள். கங்கை பாய்வதை சிற்பியின் கைவண்ணம் துல்லியமாகக் காட்டுகிறது.

பல்லவர்கள் இப்பாறைகளின்மீது நீரைத் தேக்கி வைக்க ஒரு பெரிய தண்ணீர்த் தொட்டியைக் கட்டியிருந்ததாகவும், அதிலிருந்து நீர் பாயும் வழிகளை வகுத்திருந்ததாகவும், அதன் வழியாக, பாறைகளின்

நடுவில் இருக்கும் இழை மூலம் நீர் பாய்கையில் சிற்பத்துக்கு உயிர் இருப்பதுபோல அமைத்திருந்ததாகவும் சில ஆய்வாளர்கள் கருதுகின்றனர்.

அக்காலத்தில் எல்லாச் சிற்பங்களுமே வண்ணங்கள் தீட்டப் பட்டிருந்ததால், முழு வண்ணத்தில் இச்சிற்பத்தின் மகிமை இன்னும் சிறப்பாகவே இருந்திருக்கும்.

சிற்பத்தின் விளக்கம்

மேற்புரத்தில் உள்ள உருவம் சிவனுடையது என்பதில் ஆய்வாளர்கள் ஒருமித்த கருத்தே கொண்டுள்ளனர். ஆனால் அங்கு காணப்படும் தவம் செய்பவர் குறித்து வேறுபட்ட கருத்துகள் நிலவுகின்றன. அது அர்ச்சுனன் ஆயுதம் வேண்டிப் புரியும் தவமா அல்லது பகீரதன் கங்கையைக் கொண்டுவரச் செய்யும் முயற்சியா என்பதில் கருத்து வேற்றுமை உள்ளது. சிலேடையாக, இருவரையும் குறிக்கலாம் என்ற கருத்தும் உண்டு.

சமீப காலத்தில் மற்றொரு விளக்கமும் தரப்பட்டுள்ளது. பகீரதனும் அர்ச்சுனனும் அல்லாது, அந்தக் காட்சி மொத்தமாக இமய மலையையும் அம்மலையில் கங்கை பாய்வதையும் காட்டுவதாகவும் இடையில் வேறு பல கதைகளும் சேர்க்கப்பட்டுள்ளதாகவும் கூறப்படுகிறது. அதன்படி, நமது புராண இலக்கியங்களில் காணும் எல்லா உருவங்களும் இச்சிற்பத் தொகுதியில் உள்ளன என்பதும், இங்கு காட்டப்படும் பொய்த்தவப் பூனையும்கூட மகாபாரதத்தில் வருவதும் குறிப்பிடத்தக்கவை. அதேபோல, இதில் காட்டப்படும் மிருக உருவங்கள் அனைத்துமே மிக்க கவனத்துடன், அந்தந்தச் சூழ் நிலைக்கு ஏற்ப வாழும் உயிரினங்கள் என்றும், ஆகையால்தான் அவை அங்கே காட்டப்பட்டுள்ளன என்றும் அறிஞர்கள் சொல்வர்.

புராணக் கதைகள்

பகீரதன் தவம்: முனிவர் கோபத்தால் எரிந்து சாம்பலான தனது முன்னோர்களுக்குச் சொர்கத்தைப் பெறவேண்டி, வானுலகில் இருக்கும் கங்கையை பூமிக்குக் கொண்டுவர பகீரதன் தீவிர தவத்தை மேற்கொண்டான். பிரம்மா அந்த வரத்தை அவனுக்கு அளித்தார். ஆனால், கங்கை பாயும்போது அதைத் தாங்கும் சக்தி பூமிக்கு இருக்காது எனவும், அப்படிப் பாய்ந்தால், பூமிக்குப் பேரழிவு ஏற்படலாம் எனவும் சொல்லப்பட்டது. அதைக் கேட்ட பகீரதன் அவ்வாறு மேலிருந்து வரும் கங்கையின் வீழ்ச்சியைத் தாங்க சிவனால் மட்டுமே முடியும் என்பதை அறிந்துகொண்டபின், சிவனை நோக்கிக் கடுந்தவம் மேற்கொண்டான். அந்த நிகழ்வில் சிவன் காட்சி அளிப்பதைத்தான் இந்தச் சிற்பம் காட்டுகிறது எனக் கொள்ளலாம்.

அர்ச்சுனன் தவம்: பாண்டவர்கள் 12 ஆண்டுகள் வனவாசமும் ஓராண்டு தலைமறைவாகவும் இருக்க நேர்ந்தபோது, பின்னர் கௌரவர்களுடன் போர் புரிய நேரிடும் என்பதைத் தெரிந்துகொண்டனர். ஆகையால் தம்மைத் தாமே தயார் நிலையில் வைத்துக்கொள்ள முனைந்தனர். அப்போது சிவனிடமிருந்து பாசுபதாஸ்திரத்தைப் பெற வேண்டி அர்ச்சுனன் இமயமலையில் தீவிர தவம் மேற்கொண்டான். அர்ச்சுனனைப் பரீட்சிக்கவேண்டி சிவன் ஒரு வேடன் உருவில் காட்டுப்பன்றியை வேட்டையாடியபடி அங்கு வந்தபோது, அப்பன்றி அர்ச்சுனனைத் தாக்க முயன்றது. அர்ச்சுனன் அதன்மீது அம்பு எய்ய அதே வேளை சிவனும் ஓர் அம்பை எய்ய அதுவும் பன்றியைத் தாக்கியது. விழுந்துவிட்ட அப்பன்றி யாரைச் சேர்ந்தது என்ற போட்டி எழுந்தது. அது இருவருக்கும் இடையில் ஒரு சண்டையாக மாறியது. வேடன் வெற்றிபெற, அது அர்ச்சுனனுக்கு ஆச்சரியத்தை அளித்தது. அப்போது சிவன் தன் உண்மை உருவைக் காட்டி அர்ச்சுனனுக்கு பாசு

பதாஸ்திரத்தையும் அளித்தார். இங்கு அந்நிகழ்வே சிற்பமாகச் செதுக்கப்பட்டுள்ளது.

இவ்விரு நிகழ்வுகளுக்கும் பொதுவாக இருப்பவை, தவம் செய்பவர், சிவன், கங்கை ஆகிய மூன்றுமாகும்.

சிவனும் தவசியும்

சுமார் 10 அடி உயரங்கொண்டது சிவனின் சிற்பம். உருவில் அழகும் முகத்தில் கருணையும் ஒருங்கே காட்டும் எழில்மிகு சிற்பம். அத்தோற்றத்திலிருந்தே தவசியின் தவ மகிமையை மெச்சும் உணர்வை நம்மால் காண முடிகிறது. ஒரு கரத்தில் வேல் போன்ற பெரிய ஆயுதம், ஒரு கரத்தில் மழு, ஒரு கரத்தில் வரத முத்திரை, நான்காவது கரத்தில் நாகத்தின் வால் ஆகியவற்றைக் காண்கிறோம். காதுகளில் மகர, பத்திர குண்டலங்கள், உடலில் குறைவான உடை ஆகியவற்றுடன் கம்பீரமான தோற்றத்தில் காணப்படுகிறார் சிவன். ஆறு பூதகணங்கள் அவரைச் சுற்றிப் பாதுகாத்துக்கொண்டுள்ளன.

உறுதியான மனோதிடத்துடன் ஒற்றைக்காலில் நிற்கும் தவசி, தலையைச் சற்றே பின்புறம் சாய்த்து, முகத்தில் தான் எடுத்துக்கொண்ட விரதத்தின் முக்கியத்துவத்தை உணர்த்தியபடி நிற்கிறார். எலும்புகளைக் காட்டும் மெலிந்த உடல், துருத்திக்கொண்டிருக்கும் முழங்கை முழங்கால் முட்டுகள் ஆகியவை முற்றும் துறந்த நிலையைத் தெரிவிக்கின்றன. நின்றிருக்கும் நிலையும் உடுத்தியிருக்கும் உடையும் நக்கீரன் சொல்லும் 'புலராக் காழகம் புலர உடீஇ, உச்சிக் கூப்பிய கையினர்' என்ற சொற்றொடரை நினைவுகூர்கிறது. கூப்பியிருக்கும் மேல்நோக்கிய கைகள் சூரிய நமஸ்காரம் செய்வதைக் காட்டுகிறது.

தேர்ந்தெடுத்த உருவ நிலைகளும் அவற்றைச் செதுக்கியிருக்கும் பாங்கும் இவ்விரு மாறுபட்ட உருவங்களை உண்டாக்கிய சிற்பியின் திறமையைப் பறைசாற்றுகின்றன.

கோவிலும் பக்தர்களும்

பாறையின் கீழ்ப்பகுதியில், விஷ்ணு கோவில் ஒன்றையும் சில பக்தர்களையும் காணலாம். ஒற்றைத் தளத்துடன் கூடிய அக்கோவில் ஆறு பகுதிகளுடன் விளங்குகிறது. கருவறையில் விஷ்ணு காணப்படுகிறார். இதே போன்ற கோவில் பிரதிகளை மாமல்லையில் ராமானுஜ மண்டபம் போன்ற இடங்களில் காணலாம்.

இங்கு காட்டப்படும் பக்தர் தீவிர யோகத்தில் ஆழ்ந்துள்ளார். அவருக்கு முன்னால் (தலை உடைந்த நிலையில்) மற்றொருவரும் அருகில் மேலும் இருவரும் உள்ளனர். அவர்கள் யார் என்பதும் அந்த இடம் எது என்பதும் புதிராகவே உள்ளது.

நீராடுவோர்

கோவில் அருகில் நீர் பாயும் பாறைப் பிளவுக்கு அருகில் நான்கு பேர் காணப் படுகின்றனர். ஒருவர் சாந்தமான முகத்துடன் ஈரத்துணியைப் பிழிந்துகொண்டிருக்கிறார். மற்றொருவர் நீர்க்குடத்தைத் தோளில் சுமந்த நிலையில் புன்னகைக்கும் முகத்துடன் உள்ளார். இன்னும் இருவர், நீராடி முடிந்த பின்னர், ஈரத்துணி உடலுடன் ஒட்டியிருக்க, தொடர்ந்து மற்ற சடங்குகளை மேற் கொண்டுள்ளனர்.

ஒருவர் கூட்டிய கைகளின் விரல்களின் ஊடாகச் சூரியனை நோக்கித் தொழுதுகொண்டுள்ளார். மற்றொருவர் நீரைத் தொழுதுகொண்டுள்ளார். இவர்களது உடல்வாகு இயற்கையாகவும் சீராகவும் உள்ளது.

வனத் தோற்றம்

ஒரு காட்டின் காட்சி இங்கு இயற்கையான முறையில் காட்டப்படுகிறது. அங்கு வாழ் மனிதர்கள் தங்களது வேலைகளைச் செய்து

கொண்டிருக்க, வேடுவர்கள் வேட்டையில் ஈடுபட்டுள்ளனர். இவர்கள் எல்லாம் ஒரே வரிசையாகக் காட்டப்படுகிறார்கள். ஒரே ஒருவர் மட்டும் தனித்து சற்றே மேல்நிலையில் சந்திரனுக்கு அருகில் உள்ளார்.

இடது பக்கத்தில், வனவாசிகள் தமது ஆயுதங்களைத் தரித்தபடி, பாறைப்பிளவை நோக்கிச் செல்கின்றனர். குடுமியாகக் கட்டப்பட்ட தலையலங்காரமும் மீசையுடன் கூடிய முகமும் காணப்படுகின்றன.

இவர்கள் எல்லோரும் உடைகளிலும் (தோலால் ஆன உடை?) தோற்றங்களிலும் தனித்தன்மையுடனும் உடலில் ஆயுதங்களுடனும் காணப்படுகின்றனர். ஒருவர் மட்டும் தாடி வைத்துள்ளார். ஒருவர் தூக்கு ஒன்றில் எதையோ சுமக்க, மற்றொருவர் பலாப்பழத்தைத் தோளில் சுமந்துள்ளார். தமது வேட்டை முயற்சிகள் முடிந்து, பலனைக் கையில் எடுத்துக்கொண்டு வருகிறார்கள் போலும்!

வனம் பல மரவகைகளுடன் உயிருடன் காட்சியளிக்கிறது. ஒரு பலா மரமும் காட்டப்படுகிறது. அதன்மேல் ஒரு கருங்குரங்கு அமர்ந்துள்ளது. பல சிங்கங்களும் புலி வகையறாக்களும் அவற்றின் குட்டிகளுடன் இருக்க, காட்டு மான்களும் மற்ற காட்டு விலங்குகளும் உள்ளன. காட்டுப்பன்றி, முயல், நான்கு குரங்குகள், ஒரு சேவல், இரு காட்டுக்கோழிகள், வாத்துகள் ஆகியவை காணப்படுகின்றன. புலி ஒன்று தன் குட்டிகளுக்குப் பால் கொடுத்துக்கொண்டிருக்கிறது. சிறந்ததாக உள்ள சிற்பம் மான்கள் இரண்டு. இவை மிக இயற்கையாக உள்ளன. அதில் ஒரு மான் காலால் தன் மூக்கைச் சொறிந்து கொண்டிருப்பது தத்ரூபமாகத் தெரிகிறது!

மொத்தத்தில், ஒரு வனம் உயிரோட்டத்துடன் காண்பிக்கப் பட்டுள்ளது!

பாறைப்பிளவு

இயற்கையான பாறைப்பிளவு இப்பாறையை இரண்டாகப் பிரிக்கிறது. அக்காலத்தில் நீர் இதன் வழியே பாய்ந்திருக்கலாம். அது, பாயும் கங்கையைக் காட்டியிருக்கலாம். எனவே, எல்லா உயிரினங்களும் அந்தப் பிளவை நோக்கி கங்கை பாய்வதை பக்தி ததும்பப் பார்க்கின்றன எனலாம்.

அந்தப் பிளவில் மூன்று நாகர்கள் உள்ளனர். நாக அரசர், அரசி, பிரஜை என அவர்களைக் கொள்ளலாம்.

பாயும் கங்கையை நோக்கி அரச ஜோடி கைகூப்பித் தொழுத வண்ணம் உள்ளனர். கங்கையின் வேகத்தை எதிர்த்து மேல்நோக்கி நீந்துவதுபோலக் காணப்படுகின்றனர். அவர்களது சுழலும் வால்கள் இதை உணர்த்துகின்றன.

நாக ராணியின் இரு மருங்கிலும் பாம்புக் குடையுடன் மனித உருவில் இரு நாகர்கள் காணப்படுகின்றனர்.

பொய்த்தவப் பூனை

பல்லவச் சிற்பிகளுக்கு, நகைச்சுவையில் குறைவு இருப்பதில்லை. இங்கு நகைச் சுவை மிக்க ஒரு கதை போலித் தவம் புரியும் பூனை உருவத்தில் சொல்லப் படுகிறது. பூனை போலித்தனத்துடன் தவசியைப் போலப் பாசாங்கு

காட்டுகிறது. இக்கிழப்பூனை, தானாக எலிகளைப் பிடிக்கத் தெம்பு இல்லாததால், ஒற்றைக்காலில் நின்றுகொண்டு கைகளைத் தலைக்கு மேல் கூப்பி தனது பாசாங்கின் மூலம் எலிகளைத் தன்பால் ஈர்க்கிறது. இங்கே ஒரு எலி அதனை நம்பிக் கைகூப்பித் தொழுவதையும் காணலாம்! மற்ற பதிமூன்று எலிகளும் சந்தேகமின்றி அருகில் கூடுகின்றன. பல்லவர்கள் ஏன் இம்மாதிரியான ஒரு காட்சியை, இப்பெருந்தவக் காட்சியுள் அமைத்தனர் என்பதும் ஒரு புதிரே!

சந்திர சூரியர்கள்

தமது தலைகள்மீது உள்ள ஒளிவட்டங்களால் சிவனுக்குமேல் இருமருங்கிலும் உள்ள சந்திர, சூரிய உருவங்களை நாம் அறிந்துகொள்ளலாம். பிற தேவலோகப் பாத்திரங்களுடன் இவர்களும் பிளவை நோக்கி வருகின்றனர்.

குள்ளர்கள்

பாறைச் சிற்பத்தின் இருபக்கங்களிலும், ஆண் பெண் குள்ளர்கள் காணப்படுகிறார்கள். இவர்கள் அமர்ந்துகொண்டு காட்சியைக் காண்பதுபோல உள்ளது. அவர்களது தலைகளில் தொப்பிகளையும் காதுகளில் மூடிகளையும் காணலாம்.

கின்னரர்கள்

கின்னரர்கள் எனப்படும் பறவைக் கால்களும் சிறகுகளும் மனித மேல் உடல்களும் கொண்ட உருவங்கள் ஆகாயத்தில் மிதப்பன போன்று காணப்படுகின்றன. இவர்கள் தேவலோகப் பாடகர்கள். ஆண் உருவங்கள் வீணையுடனும் பெண் உருவங்கள் ஜால்ராவுடனும் காணப்படுகின்றன.

முனிவர்கள்

பறந்து வரும் உருவங்களில் சில சித்தர் களைக் காணலாம். அவர்களும் உற்சாகத்துடன் பிளவை நோக்கி வருகின்றனர்.

கந்தர்வர்கள்

பல கந்தர்வ ஜோடிகள் லாகவ மாகப் பிளவை நோக்கிப் பறந்த வண்ணம் உள்ளனர். அவர்களில் சிலர் தூக்கிய கைகளுடன், விஸ்மய முத்திரையில் காணப்படு கின்றனர். ஆண்-பெண் உருவங் களான இச்சிறபங்களை பல்லவர் களின் தேர்ந்த சிற்பக் கலைக்கு உதாரணமாகக் கொள்ளலாம்.

கம்பீரமான யானைகள்

எல்லோர் கவனத்தையும் இங்கு ஈர்ப்பது, ராஜ கம்பீரத்துடன் இருக்கும் யானை உருவங்கள்தாம்!

தலைமை தாங்கிச் செல்லும் முதல் யானை, 15 அடி உயரம் கொண்டது.

தொடரும் மற்றொரு பெரிய யானை, எட்டு யானைக் குட்டிகள் ஆகியவை சேர்ந்த தொகுதியை உலகிலேயே சிறந்த யானைக் கூட்டக் காட்சி என்று சொல்லலாம்.

இச்சிற்பம் பல்லவர்களுக்கு யானைகள்மேல் இருந்த மட்டிலா ஆவலைக் காட்டுகிறது. இவை சிறந்த கவனத்துடன் உருவாக்கப் பட்டுள்ளன. மிக மேன்மையான தரத்தில் காட்டப்படுவதால் மற்ற சிற்பங்கள் இவற்றின்முன் தரத்தில் குறைந்துவிடுகின்றன!

பெருந்தவச் சிற்பத் தொகுதியை ரசித்தல்

பெருந்தவச் சிற்பத் தொகுதி, இசைவு, ஒருமைப்பாடு, நளினம் ஆகியவற்றைத் தன்னகத்தே கொண்டுள்ளது.

தெய்வீக உருவங்களும், மனிதர்களும், மிருகங்களும் சுற்றுப்புறத்தினூடே இசைந்து இங்கிருப்பது ஒரு மாபெரும் கலைப் படைப்பாகும்.

இங்கு காட்டப்படுள்ள மனிதர்கள் தம் இயல்புக்கு ஏற்ற பணிகளைச் செய்துகொண்டிருப்பதும், மிருகங்கள் தன்னிச்சையாகத் திரிவதும், குரங்குகள் தமது சேட்டைகளைச் செய்துகொண்டிருப்பதும், யானைகள் ராஜகம்பீரத்துடன் நிற்பதும், அவற்றின் குட்டிகள் துள்ளித் திரிவதும், மான் மூக்கைச் சொறிந்து கொண்டு அமர்ந்திருப்பதும் மிக இயல்பாகச் சித்திரிக்கப்பட்டுள்ளன!

தேவையற்ற வேலைப்பாடுகள் இன்றி இவை செதுக்கப்பட்டுள்ளன. பொய்த்தவப் பூனையை நகைச்சுவையான இடைச்செருகலாகக் கொள்ளலாம்!

உண்மையில் இங்கு நாம் காண்பது அன்றைய சமூகத்தின் உயிரோட்டமுள்ள ஒரு நிழல்படமே!

ஆநிரை காத்த கண்ணன்

இந்தியாவின் எப்பகுதியிலும் காட்டப்படுவதுபோலத் தமிழகத்திலும் தெய்வக் குழந்தையான கண்ணனின் லீலைகள் மகத்துவத்துடன் கொண்டாடப்படுகிறது. அப்படிப்பட்ட லீலைகளில் ஒன்று, இந்திரனின் கடுங்கோபத்திலிருந்து ஆநிரைகளையும் மக்களையும் காப்பாற்ற கண்ணன் குன்றைக் குடையாக எடுத்தது.

கோவர்த்தன கிரியைத் தனது கையால் கண்ணன் தாங்கியதை இங்கே சிற்பமாகக் காணலாம். பல்லவர்களின் திறமை மிக்க சிற்பி அந்நிகழ்வை நம் கண்கள்முன் கொண்டுவந்துள்ளார். அந்நிகழ்வை விளக்கும் அதே நேரம், அன்றைய ஆயர்களின் பழம்பெரும் வாழ்க்கைமுறை தரக்குறைவின்றி சுவையாக விளக்கவும் படுகிறது.

1300 ஆண்டுகளுக்குப் பின்னரும் கிராமத்து இடையர் வாழ்க்கைமுறை அதேபோல இன்றும் இருப்பதைக் காணலாம்! முழுச் சுவரையும் நிறைத்துக்கொண்டிருக்கும் இச்சிற்பத்தை, சமூக வாழ்க்கையை தத்ரூபமாகப் படம் பிடித்துக்காட்டும் ஒரு மாபெரும் பதிவாகக் கொள்ளலாம். அதற்கு முன்னர் உள்ள மண்டபம் பிற்காலத்தில் எழுப்பப்பட்டது. இது சிற்பத்தின் அழகைப் பெரிதும் குறைத்து விடுகிறது.

புராணக் கதை

மக்களிடையே கண்ணன் பெற்றுள்ள பெருங்கீர்த்தி, இந்திரனுக்குப் பொறாமையை உண்டாக்கியது. வருணனை ஏவி, இடி மின்னலுடன் கூடிய பெருமழையையும் புயலையும் உண்டாக்கினான். அது மக்களையும் ஆநிரைகளையும் அச்சத்தில் ஆழ்த்தியது. தங்களை எப்படிக் காப்பாற்றிக்கொள்வது என்று தவித்த நிலையில் அவர்கள் இருக்க, அநாயாசமாக கோவர்த்தன கிரியைத் தூக்கி அதையே ஒரு குடை போல நிறுத்தி, ஆவினங்களையும் ஆயர்குலத்தினரையும் அப்பேரழிவிலிருந்து கண்ணன் காப்பாற்றினான். இந்திரனைக் கலங்க வைத்தது இப்பதிலடி! தலை குனிந்தான் இந்திரன்!

சிற்பத் தொகுப்பு

கண்ணன் கோவர்த்தன கிரியைத் தூக்கி நிற்பதும், அக்குன்றின் கீழிடத்தைப் புகலிடமாகக்கொண்டு கவலையின்றிக் காணப்படும் ஆயரும், ஆய்ச்சியரும், ஆநிரைகளும் பல்லவர்களின் கைத்திறனில், காண்போர் மனத்தைக் கவரும் சிற்பமாக உருவெடுத்துள்ளது. கீழே இருப்போர் கவலையின்றி இருப்பதும் தமது தினசரி வேலைகளைச் செய்துகொண்டிருப்பதும் சிறந்த முறையில் காட்டப்படுகிறது. நமது கிராமங்களில் சமீப காலம்வரை நாம் கண்ட காட்சியாகவே இது உள்ளது என்பது குறிப்பிடத்தக்கது.

கண்ணன்

மாட்சிமை பொருந்திய கம்பீரத்துடன் காணப்படும் கண்ணன், சிறிதும் முயற்சியின்றி கோவர்த்தன கிரியைத் தூக்கிப் பிடித்திருப்பது கண்கொள்ளாக் காட்சி! அருகில் ஓர் அழகிய பெண் நிற்கிறாள். அப்பெண்ணின் அருகில் ஒரு தோழியும் நிற்பது அப்பெண்ணின் அந்தஸ்தைக் காட்டுகிறது.

பலராமன்

கண்ணனின் இடது பக்கத்தில் சகோதரன் பலராமன் உள்ளான். தனது இடது கையால், அச்சத்தால் நடுங்கிக்கொண்டிருக்கும் ஒரு முதியவரை ஆறுதலாக அரவணைத்துள்ளான். இவ்விரு சகோதரர்களின் முக்கியத் துவத்தை உணர்த்த, இவ்வுருவங்கள் மற்ற வற்றைவிட உருவில் பெரிதாகச் செதுக்கப் பட்டுள்ளன.

பிற உருவங்கள்

மற்ற உருவங்கள் அன்றைய ஆயர்குல வாழ்க்கையைக் காட்டுகின்றன. கண்ணனின் ஆதரவில் நம்பிக்கையுடன் அனைவரும் அச்சமின்றி அமைதியாக உள்ளனர். கோகுலத்து வாழ்க்கை எந்த இடையூறும் இன்றித் தொடர்கிறது!

இன்றும் நாம் காணக்கூடிய காட்சியான, இடையர் மண்டியிட்டுக்கொண்டு தமது கால்களின் இடையில் குவளையை வைத்து, பசுவிடம் பால் கறந்துகொண்டிருக்கும் நிகழ்வு இங்கே காட்டப்படுகிறது.

கண்ணன்

பலராமன்

குழலூதி, தன்னையும் தன்னைச் சுற்றி உள்ளோரையும் தலை கிறங்க மகிழ்வித்துக்கொண்டிருக்கும் ஒரு கலைஞனையும் காணலாம். ஒரு தாயின் கால்களில் படுத்துள்ள குழந்தைகூட இந்த இசையால் ஈர்க்கப்பட்டுள்ளது! ஒரு மாது தனது தலைச் சுமையான சுற்றிய பாயுடனும், கையில் உறியில் கட்டிய தயிர்ப் பானைகளுடனும் கவலையின்றிச் செல்வதைக் காணலாம்.

நடனமாடும் ஆணும் பெண்ணும்

அவளுக்குப் பின்னால் கையில் கோடரியுடன் வருகிறான் ஒருவன். ஒரு ஜோடி சற்றும் கவலையின்றி, சிலப்பதிகாரத்து ஆய்ச்சியர் கூத்தை நினைவூட்டும் வகையில், கைகோர்த்து ஆடுவதைக் காணலாம்.

செங்குத்தாகச் செதுக்கிய பாறையின் பக்கத்தைத் தனக்குச் சாதகமாக ஆக்கிக் கொண்டு அதை ஒரு குகையாகச் சித்திரித்துள்ளார் பல்லவச் சிற்பி. அங்கே மிருகங்களின் ஓர் அதிசயமான கலவை காணப்படுகிறது. அவை ஒருவேளை புயலுக்குப் பயந்து இக்குகைக்கு வந்தனவோ?

வட கோடியில் கண்ணனைத் தாண்டி கோகுலத்தின் மற்றொரு அமைதி நிறைந்த காட்சியையும் காணலாம். சற்றுத் தள்ளி, ஒரு காளை கவலையின்றிப் படுத்துக்கொண்டு நடப்பனவற்றைக் காண்பது, புயல் அடங்கி விட்டதைக் காட்டுவதுபோல உள்ளது. இங்கு எல்லா நிகழ்வுகளும் இயல்பான நிலையில் அன்றன்று நடப்பதையே ஒத்துள்ளன என்பதே இதன் சிறப்பு.

பால் கறக்கும் காட்சி

சாமான்களை
எடுத்துச்செல்லும் காட்சி

பெருந்தவம் (குறைச்சிற்பம்)

அர்ச்சுனன் தவத்தைக் குறிக்கும் மற்றொரு சிற்பப் பாறையையும் மாமல்லையில் காணலாம். இது முடிக்கப்படாதது. (எல்லாமே முடிக்கப்படாத நிலையில் இருப்பதால், இதனை அதிகம் முடிக்கப் படாதது என்றும் குறிக்கலாம்.) ஒரு குன்றின்மீதுள்ள பெரிய பாறையில் சிவனையும் தவசியையும் சிற்பமாக்க ஆரம்பித்துள்ளனர். அது அருகேயுள்ள புகழ்வாய்ந்த பெருந்தவத் தொகுப்பைப் போன்றதே என்றாலும் சற்றே மாறுபட்ட அமைப்பைக் கொண்டது. அங்கிருப்பது போலவே இங்கும் மனிதர்கள், தேவகணங்கள், மிருகங்கள் முதலானவை செதுக்கி முடிக்கப்படாத நிலையில் உள்ளன. ஆனால் இங்கு தேவகணங்கள் மேகங்களில் புதைந்து காணப்படுகிறார்கள். பெரிய உருவில் இருக்கும் யானைகள் இங்கில்லை. ஆனால் இங்கும் அந்நிகழ்வின் காட்சியை நம்மால் காண முடிகிறது. பதில் அளிக்க முடியாத கேள்விகளில் ஒன்று, ஏன் இங்கும் அதே கருத்தைச் சிற்பமாக்க முயன்றார்கள் என்பதே. இது அப்பெருஞ்சிற்பத்துடன் எத்தகைய தொடர்பு கொண்டது என்பதும் தெரியவில்லை.

சிவனும் தவசியும்

யானைச் சிற்பத் தொகுதி

திரிமூர்த்தி மண்டபத்துப் பின்பகுதியில், ஒரு திறந்தவெளி பாறைப் புடைப்புச் சிற்பம் உள்ளது. இதுவும் மிருகங்களைக் கொண்டாடும் வகையில் அமைந்துள்ளது. ஓர் ஆண் யானை கம்பீரமாக நிற்க அதனடியில் இரு குட்டிகள் விளையாடிக்கொண்டிருக்கின்றன. தாய் யானையின் தலை மட்டும் மேலே தெரிகிறது.

இவற்றுக்குத் துணையாக ஒரு மயில் அமர்ந்திருக்க, பக்கத்தில் ஒரு குரங்கு தீவிரமாக எதோ சேட்டை செய்ய யோசித்துக்கொண்டிருக்கும் நிலையைக் காணலாம்.

இங்கும் யானைகள் பெருந்தவச் சிற்பத்தில் உள்ளவை போலவே உள்ளன. ஏன் இங்கு சிற்பி இவற்றை வடித்தான் என்று நம்மால் யூகிக்க முடியவில்லை! அத்யந்தகாமனின் தீர்க்கமுடியாத வேட்கைக்கு இது மற்றொரு சாட்சி என்றே கொள்ளலாம்.

எழுத்தமைதி - பல்லவ கிரந்தம்

மாமல்லைக்கு வரும் பார்வையாளர்கள் இங்கு காணப்படும் எழில் நிறைந்த எழுத்துகளைக் காணாது செல்ல மாட்டார்கள். தர்மராஜ ரதத்தில் சில சிற்பங்களுக்குமேல் ஒளிரும் பல்லவ அரசனின் பட்டங்களும், அதே போல ராமானுஜ மண்டபத்தின் தரைமீது எழுதப் பட்டவையும் சிறப்பாகத் தெரிபவை. அதிரணசண்ட மண்டபத்து எழுத்துகள் மிக எழில் வாய்ந்தவை. இவை எல்லாமே வடமொழியில் எழுதப்பட்டுள்ளன. இவை எல்லாமே பல்லவ கிரந்த எழுத்து வடிவில் உள்ளன, அதிரணசண்ட மண்டபத்தில் காணும் தேவநாகரி எழுத்தைத் தவிர.

பல்லவர் ஆட்சிக் காலத்தில் வடமொழிப் பண்பாடு தமிழகத்தில் வேரூன்றியது. காஞ்சீபுரம் அகில இந்திய கலாசாரப் பண்பாட்டு மையங்களில் ஒன்றாகத் திகழ்ந்தது. பல்லவர்கள் ஐந்தாம் நூற்றாண்டில், சமஸ்கிருத மொழியைத் தமிழகத்தில் எழுத ஓர் எழுத்துருவை அறிமுகப்படுத்தினர் என்று தெரிகிறது. வர்க்க எழுத்துகளும், ஹ, ஸ போன்ற எழுத்துகளும் தமிழில் இல்லாததே இதன் தேவையாயிற்று. அம்மாதிரி உண்டாக்கப்பட்ட எழுத்து பல்லவ கிரந்தம் அல்லது கிரந்தம் என்று வழங்கப்பட்டது.

பிராமிதான் கிரந்தத்தின் ஆரம்பம். பல்லவ கிரந்தத்தின் எழுத்தமைதி மலையாளத்து எழுத்தமைதியை ஒத்திருப்பதைக் காணலாம். சற்றே தமிழெழுத்துடனும் தொடர்புகொண்டது. முக்கியமான காரணம், ஜாவா, தாய், பாலி, கெமர் முதலிய தென்கிழக்கு ஆசிய மொழிகளின் எழுத்துருக்களுக்கு முன்னோடி இவ்வெழுத்துகள்தான்.

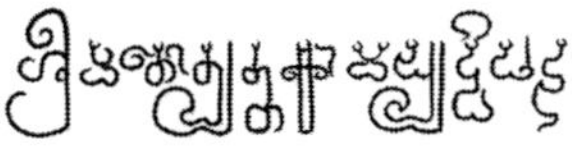

ஸ்ரீஃ தொா த்ய ந்தகாஃஸ்ய

ஸ்ரீமதோத்யந்தகாமஸ்ய த்$_3$விஷத்$_3$த$_3$

வ பூாவ ஹாரிணஃ । ஸ்ரீ நியெஃ காஃ

ர்பாபஹாரிண: | ஸ்ரீநிதே$_4$:காம

ராகஸ்ய ஹராராய நஸங்கிநஃ ॥

ராக$_3$ஸ்ய ஹராராத$_4$நஸங்கி$_3$ந: |

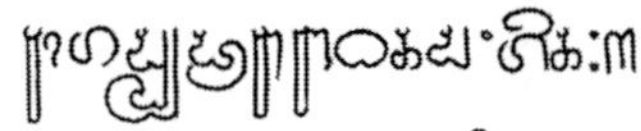

அபிஷேகஜலாபூர்ணே சித்ரரத்நாம்புஜாகரே ।

அபி$_4$ஷேகஜலாபூர்ணே சித்ரரத்நாம்பு$_3$ஜாகரே |

ஆஸ்தே விஶாலே ஸுமுகஃ ஶிரஸ்ஸரஸி ஶங்கரஃ ॥

ஆஸ்தே விஷா$_0$லே ஸுமுக: ஷி$_0$ரஸ்ஸரஸி ஷ$_0$ங்கர: ||

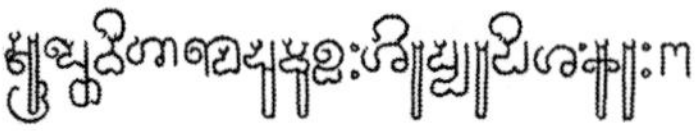

தொடர்ந்து வடமொழி நூல்கள் எல்லாம் தமிழ்நாட்டில் கிரந்த எழுத்தில் எழுதப்படலாயிற்று. ஆகம நூல்கள் எல்லாம் இன்றும் கிரந்தத்தில்தான் உள்ளன. இப்போது கிரந்த நூல்கள் அதிகமாகக் காணப்படவில்லை என்றாலும், சமீப காலம்வரை வேதபண்டிதர்கள் அவற்றைப் பயன்படுத்திவந்திருக்கின்றனர்.

மற்ற எழுத்துருக்களைப்போல, கிரந்தமும் காலப்போக்கில் மாறியது. இன்றைய கிரந்த எழுத்துக்கும் பல்லவர் எழுதிய எழுத்தமைதிக்கும் பெரும் வேறுபாடு உள்ளது. இங்கே அதிரணசண்ட மண்டபத்து கிரந்த எழுத்துக் கல்வெட்டு கொடுக்கப்பட்டுள்ளது. அத்துடன் அவற்றின் வரிவடிவம், இன்றைய கிரந்த, தேவநாகரி, தமிழ் எழுத்துருக்களில் தரப்பட்டுள்ளன. இது இங்கு மட்டுமின்றி, தர்மராஜ மண்டபத்திலும், கணேச ரதத்திலும் பொறிக்கப்பட்டுள்ளது என்பது இதன் முக்கியத்துவத்தைக் கூட்டுகிறது.

மாமல்லபுரத்துத் தாவரங்கள்

உலகப்புகழ் பெற்ற மாமல்லையின் தாவரங்களும் தனிச்சிறப்பு வாய்ந்தவை. தமிழ் இலக்கியத்தில் பேசப்படும் ஐந்து திணைகளையும் இங்கே காணலாம். வெப்பமண்டல உலர் பசுமைமாறாக் காடு (Tropical Dry Evergreen Forest - TDEF), இந்தியாவின் ஓர் அரிய வகைக்காடாகும். சோழமண்டலம் இத்தகைய காடுகளைக் கொண்ட சூழியல் தொகுப்பாகத்தான் இருந்திருக்கிறது. நவீன வாழ்க்கை முறையினால் இவை பெரும்பாலும் காணாமலே போய்விட்டன. அதிர்ஷ்டவசமாக மாமல்லைக் காடு மட்டும் எஞ்சி நிற்கிறது.

இங்குள்ள காட்டுத்திட்டில் மரங்களும் ஏறுகொடிகளுமே முக்கியமாகக் காணப்படும் தாவரங்கள். இவற்றுள் பெரும்பாலானவை மருத்துவப் பயனுடையவை. ஐம்பதுக்கு மேற்பட்ட நோய்களைக் குணப்படுத்த நாட்டு மருத்துவர்கள் இந்தத் தாவரங்கள் பலவற்றைப் பயன்படுத்துகின்றனர். மல்லையில் காணப்படும் முக்கியத் தாவரங்கள் சிலவற்றின் விவரங்களைச் சுருக்கமான வடிவில் இங்கு தருகிறேன்.

1. தொண்டை/ஆதொண்டை
(Kapparis zeylanica)

புகழ்வாய்ந்த தொண்டைமான் அரசவம்சத்தினர் இத்தாவரத்தின் மலரையே தம் இலச்சினையாகக் கொண்டிருந்தனர். இந்தச் செடியின் சென்னிறக் கனி,

எழில் நங்கையின் உதடுகளின் நிறத்துக்கு உவமையாகக் கூறப்பட்டது. இத்தாவரத்தின் இலைச்சாறு நோய் உண்டாக்கும் பாக்டீரிய நுண்ணுயிரிகளை அழிக்கும் திறன் பெற்றது. வேரிலிருந்து பெறப்படும் பொருள் மயக்கமூட்டியாகவும், வாந்திபேதியைக் கட்டுப்படுத்தும் மருந்துப்பொருளாகவும் பயன்படுத்தப்படுகிறது.

மகிஷாசுரமர்த்தினி மணடபத்தின் அருகே இச்செடி ஒன்றைக் காணலாம்.

2. ஈர்கொல்லி (Cassine glauca)

இது ஒரு மரம். கணேச ரதத்துக்கு வடமேற்குப் பகுதியில் இந்த மரம் ஒன்று இருக்கிறது. இதன் கட்டை மரச்சாமான்கள், படச்சட்டங்கள் ஆகியவை தயாரிக்கப் பயன்படுகிறது. இம்மரத்தில் செய்யப்படும் சீப்புகள் நெருக்கமான, உறுதியான பற்களைக் கொண்டிருப்பதால் பேன் ஈருகளை ஒன்றுவிடாமல் களையும் திறன் பெற்றதால் இம்மரத்துக்கு ஈர்கொல்லி மரம் எனப் பெயர் வந்தது. இம்மரத்தின் வேருக்கு பாம்பு விஷத்தை முறிக்கும் ஆற்றல் உண்டு என்று நம்பப்படுகிறது.

3. தெகில்/கொடிப்புனலி (Derris scandens)

ஏறக்குறைய *150* முதல் *200* ஆண்டுகள் வயது முதிர்ந்த ஒரு கொடித் தாவரத்தைக் காண்பது அரிது. அபூர்வமாக, நல்வாய்ப்பாக, இன்று அத்தகைய கொடியை கோனேரி மண்டபத்துக்கு எதிர்ப்புறத்தில் காண முடிகிறது. இதே கொடிவகை பலவற்றை இந்தப் பகுதியிலேயே பார்க்கலாம். இந்தக் கொடி சோழமண்டலக் கடற்கரையின் அரிதான தாவரமாகும்.

4. வீரமரம் (Drypetes sepiaria)

தமிழகத்தின் பல பகுதிகளில் இந்த மரம் புனித மரமாகப் போற்றப்படுகிறது. குறிப்பாக அய்யனார் கோவில்களுக்கு அருகே பெரும்பாலும் இந்த மரங்களைக் காணலாம். மாமல்லையில் ஆங்காங்கே சில இடங்களில் இந்த மரம் உள்ளது. உதாரணமாக ராமானுஜ மண்டபத்துக்கு எதிரே நன்கு வளர்ந்த மரம் ஒன்று இருக்கிறது. இதன் பருத்த வெளிவடிவம் உள்ளமைப்புக்கு மாறானது. இதன் தடித்த முறுக்கேறிய வலிமைமிக்க கட்டை, கோடரி போன்றவற்றுக்கான கைப்பிடிகளைச் செய்யப் பயன்படுகிறது.

5. குமிழம் (Gmelina asiatica)

இது, பற்றி ஏறக்கூடிய, பரந்த குறுந்தாவரம். இந்தத் தாவரத்தின் மீதான கவனத்தை ஈர்ப்பவை இதன் பிரகாசமான மஞ்சள் நிற மலர்களே. இதன் பளிச்சென்ற வண்ணமும் வடிவமும் தமிழ் இலக்கியத்தில் அழகிய பெண்ணின் மூக்கை 'குமிழம்' எனும் சொல்லால் வர்ணிக்கக் காரணமாக உள்ளன.

6. சிற்றீச்சை (Phoenix pusilla)

ஈச்சமர வகைகளில் இது ஒன்றாகும். மல்லையில், கொனேரி மண்டபத்துக்கு அருகிலும் ராய கோபுரத்தின் எதிரிலும் இதனைக் காணலாம். பிறவகைகள் மாதிரி இல்லாமல் மிகவும் குட்டையாக வளரும் இயல்புடையது இது. இந்தக் குட்டையான உருவம் உங்களை ஏமாற்றக்கூடும். நான்கடி உயரமான மரம், சுமார் 200

ஆண்டுகளுக்கும் அதிகமான வயதை உடையதாக இருக்கக்கூடும். இயற்கையின் 'புன்சாய்' தாவரம் இது!

7. அசினங்கொடி (Plecospermum spinosum)

முன்பு ஒரு காலத்தில் தமிழகத்தின் வறண்ட பகுதிகளில், குறிப்பாக நீலகிரி, ஆனைமலைப் பிரதேசங்களில் 4,000 அடி உயரம்வரை இந்தத் தாவரம் பரவலாகக் காணப்பட்டது. ஆனால் இன்று இது பசுமை

மாறாக் காடுகளிலும் வெப்பமண்டல உலர் பசுமைமாறாக் காடுகளிலும் மட்டுமே காணப்படுகிறது. ஃபிகஸ் என்ற ஆலமரக் குடும்பத்தில், கொடிவகைத் தாவரம் இது ஒன்றே. மாமல்லையில் ஆதிவராக மண்டபத்துக்குச் செல்லும் பாதையில் மேற்குப்புற வாயில்கதவு அருகே இந்தக் கொடி ஒன்று உள்ளது. இந்த மரத்தின் பால், வலியை எற்படுத்தும் கட்டிகளையும் காயங்களையும் குணப்படுத்தும் திறன் பெற்றதாகும்.

8. ராவணன் மீசை (Spinifex littoreus)

இயற்கையின் கொடைகளில் இத்தாவரமும் ஒன்றாகும். மணற்பாங்கான உலர் நிலங்களில் மண்ணரிப்பைத் திறம்படத் தடுத்து நிறுத்த பரிணாம வளர்ச்சியில் தோன்றிய தாவரம் இது. இதனுடைய தோற்றத்தைக் கண்டு தமிழில் நகைச் சுவையாக இதனை 'ராவணன் மீசை' என்று அழைக்கிறார்கள். மணல் நிலத் தாவரமாகிய இது மல்லையில் கடற் கரையில் எங்கும் காணப்படுகிறது.

மாமல்லையின் புதிர்கள்

மாமல்லையின் கவர்ச்சிக்கான காரணங்களில் ஒன்று அங்கு விடை காண இயலாத வினாக்களே! அவற்றில் சிலவற்றைக் கீழே காணலாம்.

பல்லவர்கள் இவ்விடத்தை தேர்ந்தெடுக்கும் முன்னர் அங்கு என்ன இருந்தது?

இங்கு ஒரு துறைமுகம் இருந்ததாகவும் அதன் பெயர் நீர்ப்பெயற்று என்றும் சிலர் சொல்வர். அப்படியானால், முன்னரே மாமல்லையில் ஊர் இருந்து, அது பல்லவர்களால் மேம்படுத்தப்பட்டதா? பல்லவ அரசர்களில் எவர் இதை மேற்கொண்டார்? (சதுரங்கப்பட்டினம்தான் நீர்ப்பெயற்று என்ற கருத்து இப்போது நிலவுகிறது.)

கடலுக்கடியில் ஒரு நகரம் உள்ளதா?

உள்ளூர்வாசிகள் இன்றும் கடலுக்கடியில் ஒரு நகரம் மூழ்கி இருப்பதாக நம்புகின்றனர். சென்ற நூற்றாண்டுகளில் அவற்றின் சிகரங்கள் நீரின்மீது தென்பட்டதாகவும், அதை அவர்களது முன்னோர்கள் கண்டதாகவும் கூறப்படுகிறது. சமீபகாலத்தில் அகழ்வாய்வுகள் மேற்கொண்டபோது, கரையிலிருந்து சிறிது தூரத்தில் கடலடியில் ஏதோ கட்டட அமைப்புகள் கண்டுபிடிக்கப்பட்டன. ஆனால் அவற்றைக் கோவில்கள் என்று உறுதியாகக் கூற இயலாது.

மகாபலிபுரம் எனப் பெயர் வரக் காரணம் என்ன?

மாமல்லபுரம் என்ற பெயரின் திரிபுதான் மகாபலிபுரம் எனக் கூறுவர். கடல்மல்லை என்று ஆழ்வார் பாசுரங்களில் இவ்விடம் பாடப் பட்டுள்ளது. பல்லவர்களுக்கு முன்னரே இங்கு கடல்மல்லை என்ற நகரம் இருந்ததா, அல்லது மாமல்லபுரம்தான் அவ்வாறு ஆழ்வார் களால் போற்றப்பட்டதா என்பது தெளிவாகத் தெரியவில்லை.

ஏன் ஏழு பகோடாக்கள் என்று இவ்விடம் அழைக்கப்பட்டது?

ஏன் ஐரோப்பியர்கள் இவ்வூரை ஏழு பகோடாக்கள் என்றே குறிப்பிட்டுள்ளனர் என்பதற்கு விளக்கம் சரியாக இல்லை. 15-ம் நூற்றாண்டிலிருந்தே ஐரோப்பியர்களின் கவனத்தை இக்கோவில்கள் கவர்ந்திருக்கின்றன. அவர்கள் இந்த இடத்தைக் கண்டு, பதிவும் செய்துள்ளனர். அப்படியானால் அப்போது எழு கோவில்கள் கடலில் இருந்தனவா என்ற சந்தேகமும் எழுகின்றது.

இக்கோவில்களையும் சிற்பங்களையும் உண்டாக்கியவர் யார்?

இது சுலபமாகப் பதிலளிக்க இயலாத கேள்வி. அதற்குப் பொறுப்பானவர்களாக, முதலில் நரசிம்மனும், பின்னர் அவனது பேரனான பரமேஸ்வரனும், அவனது குமாரனான ராஜசிம்மனும் கருதப்படுகிறார்கள். ராஜசிம்மனே இங்குள்ள எல்லாவற்றையும் உண்டாக்கினான் என்று சொல்வோரும் உண்டு. அதனால் உறுதிபடச் சொல்வது கடினமே.

மாமல்லையின் புரிந்துகொள்ள முடியாத கல்வெட்டுகளைக் குறித்து நாம் என்ன அறிந்துகொள்ள முடியும்?

மூன்று கோவில்களில் கிட்டத்தட்ட ஒன்று போலவே வாசகங்களுடன் கூடிய கல்வெட்டுகள் உள்ளன. இவை எல்லாவற்றிலும் இச்சிவன் கோவிலை உண்டாக்கியவன் அத்யந்தகாமன் என்று உள்ளது. ஆனால் அந்தக் கோவில்களின் அமைப்பிலிருந்து அவை வெவ்வேறு காலத்தைச் சேர்ந்தவை என்றும் கருதலாம். ஆகையால் காலத்தால் மாறுபட்ட அவற்றை உண்டாக்கியவன் ஒருவனே என்பதில் சந்தேகம் உள்ளது.

பல கட்டட அமைப்புகளும் சிற்பங்களும் ஏன் முற்றிலுமாக முடிக்கப்படவில்லை?

இது ஒரு விடுகதைதான்! இங்கு நான்கு ரகமான கலைப் படைப்புகள் உள்ளன. குகைக் கோவில்கள், ஒற்றைக் கல் கோவில்கள், கட்டுமானக்

கோவில்கள் மற்றும் திறந்தவெளிப் பாறைச் சிற்பங்கள். கடற்கரையில் உள்ள இரட்டைக் கோவிலைத் தவிர மற்றவை எல்லாம் வெவ்வேறு நிலையில் முடிவுபெறாமல் உள்ளன. கட்டுமானக் கோவில்கள்தாம் காலத்தால் பிற்பட்டவை; ஆனால் அவையோ முற்றுப்பெற்றவை! ஆகையால் அதற்கு முன்னர் எழுப்பப்பட்டவை ஏன் முடிக்கப்படவில்லை என்பது விசித்திரமாகவே உள்ளது.

ஆதிவராக மண்டபத்தில் உள்ள அரச உருவங்கள் எவரைக் குறிக்கின்றன?

இக்கோவிலில் இரு அரச குடும்பச் சிற்பங்கள் உள்ளன. ஒவ்வொன்றிலும் உள்ள அரசன் இரு மனைவியரைக் கொண்டவனாக உள்ளான். அவர்களது விவரங்களும் எழுதப்பட்டுள்ளன. ஆனால் அவற்றின்மூலம் அரசர்களைப் பற்றித் தெரிந்துகொள்வதிலும் குழப்பங்கள் உள்ளன! கலைச்செல்வங்களை உண்டாகியவர் எவர் என்பதைப் போன்ற புதிர்தான் இதுவும்!

பெருந்தவம் குறிப்பது அர்ச்சுனனையா அல்லது பகீரதனையா?

இதுவும் புதிரே! இருவருக்கும் உரித்தான சான்றுகள் உள்ளன. இருவரையும் குறிப்பதாகக்கூடக் கொள்ளலாம்.

ஏன் இந்தக் கடற்கரைக் கோவில்கள் கரையோரமாக, அலைகளுக்கு அருகில் அமைக்கப்பட்டுள்ளன?

பல்லவ மன்னனுக்கும் செதுக்கிய சிற்பிக்கும் கடலருகில் இருந்தால் அமைப்புகள் சேதம் அடைய வாய்ப்புண்டு என்று தெரிந்தும் ஏன் இங்கே அமைத்தார்கள் என்பதும் புரியாத புதிரே! அது மட்டுமல்ல; கடல் அருகில் கடினமான கருங்கல் அல்லாத சற்றே மிருதுவான கல்லையே பயன்படுத்தியுள்ளனர். ஏன் என்று சிந்திக்க முடியவில்லை. ஆகையால் இப்புதிர் இன்னும் குழப்பம் மிகுந்ததாகவே ஆகிறது!

கடற்கரைக் கோவில்களின் வடபுற வளாகத்தில் வராக உருவத்தையும் சிறிய கோவில்களும் ஏன் உருவாக்கப்பட்டன?

முதலில், அங்கு காணும் காட்டுப்பன்றி, வராக உருவமா? அப்படி அங்கு வைத்ததில் காரணம் ஏதாகிலும் உண்டா? அக்கிணற்றின் முக்கியத்துவம் என்ன? அங்கு காட்டப்படும் உருவம் யாருடையது? இக்கேள்விகளுக்கு விடை தெரிந்தால்தான் உண்மை புலப்படும்!

உழக்கு எண்ணெய் ஈஸ்வரர் கோவில் குன்றின்மேல் அமைக்கப்பட்டதன் காரணம் என்ன?

இக்கேள்விக்கும் பதில் சொல்வது கடினமே! கோவிலின் சிகரம் இப்போது இல்லை. மகிஷாசுரமர்த்தனி மண்டபம் இருக்கும் குன்றின்மீது கம்பீரமாக இக்கோவில் நிறுவப்பட்டதும் கடற்கரை அருகில் கட்டப்பட்ட கோவில்களும், எதையாவது வித்தியாசமாகச் செய்யவேண்டும் என்ற பல்லவ எண்ணத்தின் விளைவோ?

ஏன் புலிக்குகை சாளுவக்குப்பத்தில் செதுக்கப்பட்டது? காரணம் உண்டா? அங்கிருக்கும் யானை அம்பாரியில் இருப்பவர் யார்? கடற்கரைக் கோவில்கள் அருகில் இருக்கும் சிறிய புலிக்குகைக்கும் இதற்கும் தொடர்பு உண்டா?

அந்தக் காலத்தில் தொழுவதற்கு ஏற்றதாக எந்த தெய்வ உரு வைக்கப் பட்டது? அபிஷேகம், அலங்காரம் முதலியன அப்போது இருந்தனவா? சமகாலத்தவரான சாளுக்கியர்களும் பாண்டியர்களும் சிவலிங்கத்தை வழிபட்டபோது பல்லவர்கள் ஏன் லிங்க உருவை பிரதிஷ்டை செய்யவில்லை?

ஏன் பல சின்னங்கள் மகாபாரதப் பாத்திரங்களின் பெயரில் உள்ளன?

ஐந்து ரதங்களும் சிவன், விஷ்ணு, துர்கை ஆகியோருக்காகச் செய்யப்பட்டபோதும் பாண்டவப் பெயர்களைக் கொண்டவையாக உள்ளன. காரணம் தெரியவில்லை. சிவனுக்கு உள்ள குகைக் கோவில் தர்மராஜ மண்டபம் என வழங்கப்படுகிறது! ஆகையால் பெயர்கள் பின்னர் வைக்கப்பட்டிருக்கலாம். அதுவும் ஏன், எப்போது என்று தெரியவில்லை!

முதலில் நரசிம்மன் காலத்திலும், பின்னர் விஜயநகர ஆட்சியிலும் வேண்டுமென்றே மாமல்லையின் கலைச் செல்வங்கள் அழிக்கப் பட்டுள்ளன. அதற்குக் காரணம் என்ன?

மறுக்க முடியாத அளவில் சேதங்கள் நாசம் செய்யப்பட்டதன் விளைவுகளும் அவற்றின் எச்சமும் இப்போதும் காணப்படுகின்றன. இவை விக்கிரக உடைப்பாளர்களான இஸ்லாமியர்கள் வருவதற்கு முன்னரேயே நடந்தேறியுள்ளன! ஒரே மதத்தின் வெவ்வேறு பிரிவினர் இப்படிச் செய்திருப்பார்களா என்று வியப்பே ஏற்படுகிறது. சேதம் கலைக்கே!

சிறந்ததாகக் கருதப்படும் பக்திமான்கள் காலத்தில் ஏற்கெனவே இருந்த இச்சின்னங்களும் கோவில்களும் அவர்களை ஈர்க்காதது ஏன்?

இவ்விடம் கலைச் செல்வத்தின் மூலஸ்தானம்; ஆனாலும் இது தொழுகைக்கான சிறப்பைப் பெற்றிருக்கவில்லை என்றே தெரிகிறது. அப்போதைய சமுதாய நிலவரத்தில், பக்திக்கும் தொழுகைக்கும் கொடுக்கப்பட்ட முக்கியத்துவம், கலைச் செல்வங்களுக்குத் தரப்படவில்லை என்றே நினைக்கத் தோன்றுகிறது! பக்திக்கும் கலை ரசனைக்கும் தொடர்பில்லையோ! வேறு ஏதாகிலும் காரணம் உண்டா என்று தெரியவில்லை!

காஞ்சி, அறிவுஜீவிகளின் சேருமிடமாக இருந்துள்ளது; அப்படியெனில் மாமல்லை பற்றிய குறிப்புகள் இலக்கியங்களில் ஏன் இல்லை?

துறைமுகம் எங்கே இருந்தது?

கேள்விகளுக்குப் பதில் தேடுதல் தொடர்ந்துகொண்டே உள்ளது!

பின்னுரை

இன்று நமக்குக் கிடைக்கும் சரித்திரச் சான்றுகளை வைத்துப் பார்க்கையில், தமிழ்நாட்டுக் கோவில் கலை பாண்டியர்களுடனும் பல்லவர்களுடனும்தான் தொடங்கியதாகத் தெரிகிறது. இருவருமே கடினமான கருங்கல்லில்தான் தமது கலைச் செல்வங்களை வடித்தனர். பிகாரில் அசோகனால் தொடங்கப்பட்ட கருங்கல்லைப் பயன்படுத்தும் முயற்சி பின் வேறு எவராலும் உடனடியாகப் பின்பற்றப்படவில்லை. ஆனால், காலம் கடந்து தொடங்கினாலும், தமது முதல் முயற்சியிலேயே பல்லவர்கள் சிறந்த சாதனைகளைச் செய்து முடித்தனர்! அவர்களது ஆரம்பகால முயற்சிகள் தமிழ்நாட்டில் கிடைக்கவில்லை. ஒருவேளை அவர்களது ஆரம்பக் கலையுலகக் கல்வி ஆந்திர மாநிலத்தில் இருந்திருக்கலாம். பல்லவர்களுக்கு எங்கிருந்து இம்மாதிரியான சிற்ப விற்பன்னர்கள் கிடைத்தனர்?

பல்லவர் கலைச் செழுமைக்கு ஒரே இடமாக மாமல்லை அமைந்துள்ளது. குகைக் கோவில், ஒற்றைக் கல் கோவில், கட்டுமானக் கோவில், திறந்தவெளிப் பாறைச் சிற்பம் போன்ற அனைத்துவிதமான சிற்ப, கட்டடத் திறனையும் பல்லவர்கள் மாமல்லையில் நடை தூரத்துக்குள் காட்டிவிட்டனர்.

மகாபலிபுரம், உலக அளவில் பாதுகாக்கப்படும் கலைச் சின்னம். கலையைத் தேடி வருவோரின் எதிர்பார்ப்புகளுக்கு முழுமையான தீர்வு இங்கு கிடைக்கும். புதிர்களும் இங்கு நிறைந்துள்ளன. மாமல்லபுரம் எவ்வாறு திரிந்து மகாபலிபுரமாயிற்று என்ற கேள்வி ஆர்வத்தை ஊட்டக்கூடியதாக இல்லாமல் இருக்கலாம். ஆனால் ஏன்

பல கோவில்களும் முடிக்கப்படாத நிலையில் உள்ளன என்பது ஆர்வத்தை ஊட்டக்கூடிய கேள்வியே. அதேபோல இன்னும் பல புதிர்களை இங்கே காணலாம். வல்லுனர்கள்தாம் இவற்றைப் பற்றி விவாதிக்க வேண்டும். அவ்விவாதம் சாதாரணர்களான நமக்கும் ஆர்வமூட்டும் என்பதில் ஐயம் இல்லை.

தமிழகத்தில் மகேந்திரப் பல்லவன்தான் குகைக் கோவில்களை முதன் முதலாக அறிமுகப்படுத்தினான். அவனது சந்ததியினர் தொடர்ந்து இச்சேவையை மேலும் செழுமைப்படுத்தி, தொடர்ந்து வந்திருக் கின்றனர். ஆரம்பத்தில் இவை சிந்தையிலும் செயல்பாட்டிலும் எளிமையாகவே இருந்தன. பின்னர் மேம்படுத்தப்பட்டன. ஆகையால் கலையின் பண்பாட்டு வளர்ச்சியை நம்மால் தொடர்ந்து காண முடிகிறது. உதாரணமாக மகேந்திரனது தூண்கள் ஆரம்ப காலங்களில் எளிமையான முறையில் இருந்தன. பின்னர் அவை சீரமைப்பில் மாறிக்கொண்டே வந்துள்ளதைக் காணலாம். ஆனால் ஒரே மண்டபத்தில் வேறுபட்ட தூண்கள் நம்மைத் திகைக்க வைக்கிறது. அப்படியானால் எப்படி காலக் கணக்கீட்டைச் செய்வது? சாதாரணமாகக் கலை மேம்பாடு என்பது காலத்துடன் வளரும். ஆனால் மகேந்திரனது திருச்சி குகைக் கோவில் ஒரு பெரும் மகத்தான கலையுருவம் ஆயிற்றே!

இன்னும் குழப்புவது பல்லவ அரசர்களின் பல பட்டங்கள். ஒரே மாதிரியான பட்டங்களைப் பல பல்லவ அரசர்கள் தமக்குத் தாமே சூட்டிக்கொண்டனர். அத்யந்தகாமன் என்பது அதில் ஒன்று. பல பல்லவ மன்னர்கள் இப்பட்டத்தைச் சூட்டிக்கொண்டுள்ளனர். மூன்று வெவேறு கால கட்டத்தைச் சேர்ந்த மண்டபங்களில் இதைக் காணலாம். உருவ அமைதியை வைத்துப் பார்த்தால் மண்டபக் கட்டமைப்பு வெவ்வேறு காலத்தவை. ஆகையால் கட்டியவர் ஒருவரா, பலரா என்பது புதிராக உள்ளது.

தவிரவும் நாச வேலைகளால் சில சின்னங்கள் பாழடைந்த நிலையில் உள்ளன. சைவ வைணவ மத உணர்வு வேறுபாடுகளும் தடுக்கவே முடியாத வகையில் இச்சேதங்களுக்கு வழி வகுத்தன. சைவத்தில் தீவிரமாக இருந்த ஒரு பல்லவ மன்னன் விஷ்ணு கோவில்களை மாற்றியமைத்ததாக ஒரு புகார் உண்டு. அதேபோல வைணவ தீவிரர்களும் சில கோவில்களையும் சிற்பங்களையும் மாற்றியமைத்து, நம்ப முடியாத அளவில் சேதப்படுத்தி விட்டனர்.

மாமல்லபுரத்தைப் பற்றிய பழங்காலக் குறிப்புகள் உள்ளன. ஒரு பெரும் துறைமுகம் இருந்ததாகவும் குறிப்பிடப்படுகிறது. வாதாபியை வென்றவன், ஏழாம் நூற்றாண்டில் இத்துறைமுகப்

பட்டினத்தைத் தனது கலைத்தலைநகர் ஆக்கிக்கொண்டான். சுமார் ஒன்றரை நூற்றாண்டு காலம் இது நன்கு செயல்பட்டதாகவும் பின்னர் கைவிடப்பட்டதாகவும் கூறப்படுகிறது. பின்னர் ஐரோப்பியர் கண்டதுவரை மாமல்லை அறியப்பட்டதாகக் குறிப்புகள் எதுவும் இல்லை. மற்ற இடங்களில் நடந்ததுபோலவே இந்தியர்கள் கோவில்களைக் கட்டி, அங்கே தொழுது, சில காலம் சென்றபின்னர் மறந்துவிடும் கதை இங்கும் அரங்கேற்றம் ஆகியுள்ளது!

உள்ளூர்வாசிகள் இங்கு கடலுக்கடியில் ஒரு பெரும் நகரம் இருப்பதாகவே நம்புகின்றனர். அதனால் உந்தப்பட்ட கிரஹாம் ஹேன்காக் போன்ற ஆய்வாளர்கள் மறைந்துபோன நாகரிகங்களைத் தேடுகையில், மாமல்லையையும் ஆய்ந்தனர். இந்தியக் கடலாய்வுக் கழகம், இங்கிலாந்தின் விஞ்ஞான ஆய்வு மையம் போன்றவை இத்தேடுதலைத் தொடர்ந்தன. அவற்றின் முடிவுகளின்படி கடலடி யில் மூழ்கிவிட்ட ஒரு பெரிய இடம் உள்ளதாகத் தெரிகிறது.

2004-ம் ஆண்டின் சுனாமிப் பேரலை கடலைப் பின்னுக்குத் தள்ளிவிட, சில கட்டட உருக்களும் சிற்பங்களும் வெளிக்கொணரப்பட்டன. இந்திய தொல்லியல் துறை, இவ்விடத்தில் சங்க காலத்தியக் கோவில் ஒன்று இருப்பதாகக் குறிப்பிட்டதை மிக முக்கியச் செய்தியாகக் கருத வேண்டும். இதன்மூலம் நமது கோவில் கட்டடக் கலை, இன்று அறியப்பட்ட கால நிர்ணயத்திலிருந்து இன்னும் ஆறு நூற்றாண்டுகள் பின்னோக்கிச் செல்லக்கூடும்.

நாம் இப்போது பார்த்துக்கொண்டிருக்கும் காலகட்டம், 7-8 நூற்றாண்டுகளைச் சேர்ந்தது. இது, இந்து மதத்துக்கு மிக முக்கியமான காலம். பக்திக் காலம் எனக் குறிப்பிடப்படுகிற இக்காலத்தில்தான் இரு பெரும் நிகழ்வுகள் ஏற்பட்டன. இவை இந்தியாவின் கலாசார, பண்பாட்டு நிலையையே மாற்றி அமைத்தன. இரண்டுமே தெற்கி லிருந்து தோன்றியவை. முதலாவது, சைவ நாயன்மார்களும் வைணவ ஆழ்வார்களும் உருவாக்கிய பக்தி இயக்கம். மகேந்திரப் பல்லவன், நாயன்மாரான அப்பரால் சமணத்திலிருந்து சைவத்துக்குக் கொண்டு வரப்பட்டதாக அறிகிறோம். இரண்டாவது, ஆதிசங்கரர் உருவாக்கிய அத்வைதக் கோட்பாடு. ஆனால் இந்த இரு பெரும் நிகழ்வுகளைச் செய்தவர்களும் அதே காலகட்டத்தில் உருவாக்கப்பட்ட மாமல்லையைப் பற்றி ஒரு வார்த்தைகூடக் குறிப்பிடவில்லை. மாமல்லையின் தலசயனப் பெருமாள் மட்டும் திருமங்கை ஆழ்வாரால் பாடப்பட்டுள்ளார். சமயப் பெரியவர்கள் மாமல்லையைப் பாடாததும் அதனால் ஈர்க்கப்படாததும் விந்தையாகவே உள்ளது!

பல்லவர்களின் தலைநகரான காஞ்சி அப்போது பெரும் கல்வி மையமாக இருந்தது. பல்லவர்கள் கலைக்கும் இலக்கியத்துக்கும் பெரும் ஆதரவாளர்களாக இருந்தனர். அவர்களது அரசவையில் கவிஞர்களும் கலைஞர்களும் திரண்டனர். மகேந்திரவர்மனே ஒரு பெரும் கலைஞன். ஆகையால் மாமல்லை அவர்களது திறனால் பாடப்பட்டிருக்கவேண்டும். ஆனால் மாமல்லையைப் பற்றிய குறிப்புகள் எந்த இலக்கியத்திலும் இல்லை என்பதும் வியப்புக்கு உரியதே! காவியதரிசனம் என்ற கவிதையியல் நூலை எழுதிய தண்டின் என்ற அறிஞர், மாமல்லனின் அவையிலும், பின்னர் அவனது பேரன் பரமேஸ்வரனின் அவையிலும் இருந்துள்ளார். காவியதரிசனத்தைப் பின்பற்றித்தான் வடமொழி கவிதையியல் துறையே வளர்ந்தது. அவந்திசுந்தரகதா என்ற நூலை தண்டின் எழுதினார் என்கிறார்கள். இந்நூல் மட்டும்தான் மாமல்லையைக் குறிப்பிடுகிறது.

இங்குள்ள கோவில்களும் குடைவரைச் சிற்பங்களும் பெரும்பாலும் முடிக்கப்படாமல் உள்ளன. ஒவ்வொன்றும் ஒவ்வொரு நிலையில் உள்ளதால், கட்டடக் கலையின் படிப்படியான கட்டமைப்பை நம்மால் அறிந்துகொள்ள முடிகிறது. ஆகையால் இந்த இடத்தையே குடைவரைக் கட்டுமானமுறையின் பாடசாலை என்று கொள்ளலாம்!

இவையெல்லாம் ஆராய்ச்சியாளருக்கு ஆர்வம் ஊட்டலாம். ஆனால், கலை என்ற பார்வையில் நோக்குங்கால், மாமல்லையே கலை ஆர்வத்தின் உற்சாக ஊற்றாகத் தென்படுகிறது. கலையழகைக் கொண்டாடும் இடம்; புது முயற்சிகளை மேற்கொள்ளும் இடம்; தடையின்றிப் பெருகும் கலையார்வம். கடற்கரைக் கோவில்களைத் தவிர மற்றவை எல்லாமே சிற்பங்கள்; இவற்றைப் போலத் தமிழகத்தில் வேறெங்கும் இல்லை. ஏன், இந்தியத் துணைக் கண்டத்திலேயே இல்லை எனலாம். குப்தர்களின் சிற்பக்கலையை பல்லவர்களின் இணை என்று கொண்டாலும், அவை இவ்வகையான வேறுபாடுகள் கொண்டவை இல்லை. சிற்பங்களின் வேறுபாட்டில், உருவில், அழகில், தொகுப்பில், அளவில் என அனைத்திலும் அத்யந்தகாமனைப் பார்க்க முடிகிறது. இப்பெரும் கலையாராய்ச்சி, பல்லவர்களுடன் தொடங்கி அவர்களுடனேயே முடிந்தும் விடுகிறது எனபது ஒரு சோகமான செய்தி.

நான் ஆய்வரங்கில் ஓர் அறிஞன் அல்லன்; ஆனால் ஆர்வலன். இது நான் சொந்தமாகக் கண்டுபிடித்து எழுதிய ஆய்வு நூலும் அல்ல. எனது முயற்சி, மாமல்லையின் கலை அழகை ரசிக்க விரும்பும் சாதாரண மக்களுக்கான கையேடே!

நன்றி

சில இந்திய, வெளிநாட்டு மல்லை ஆர்வலர்கள் என்னை ஊக்குவிக்காமல் இருந்திருந்தால், மாமல்லை, வெறும் செதுக்கப்பட்ட கற்களாகவேதான் எனக்குக் காட்சியளித்திருக்கும். முக்கியமாக நால்வருக்கு நான் கடமைப்பட்டுள்ளேன். கே.ஆர். ஸ்ரீனிவாசன் மல்லையைப் பற்றி, 'பல்லவர்களின் குகைக் கோவில்கள்', 'தர்மராஜ ரதமும் சிற்பங்களும்' என்ற இரு பெரும் ஆய்வுக் களஞ்சியங்களை எழுதியுள்ளார். மாமல்லையின் எந்தவோர் அழகான சிற்பத்தின் முன்னர் நிற்கும்போதும், டாக்டர் நாகசாமி என் கண் முன்னே தோன்றுவார்! இந்தப் பிதாமகனே பல தொல்லியல் ஆய்வாளர்களுக்கு முன்னோடியாக இருந்தவர். வடமொழியிலும், தமிழிலும், தொல்லியலின் எல்லாத் துறைகளிலும் கற்றுத் தேர்ந்ததில் இணையற்றவர் இவர். இவரது மாமல்லை என்ற நூல் எனக்குப் பெரும் உந்துதலை அளித்தது. அதேபோல மைக்கேல் லாக்வுட், அவரது சகாக்கள், கிஃப்ட் சிரோமணி, விஷ்ணு பட், தயானந்தன் ஆகியோருடன் செய்த ஆய்வுகள் மல்லையைப் பற்றிய எனது ஆசையைத் தூண்டின. இந்தக் குழு மாமல்லைக்கு ஒரு புதிய பரிமாணத்தைத் தந்தது. மல்லை ஆர்வலர்களுள் என்.எஸ். ராமசுவாமியை ஒரு கவிஞர் என்றே கூறவேண்டும். அவர் இந்தச் சிற்பங்களுக்கு மானுடத்துவ உணர்ச்சிப் பெருக்கினை அளித்தவர். இவர்களும் இவர்களது முயற்சிகளும்தான் என்னைத் தூண்டின. அத்தூண்டுதல் மாமல்லையின்மீது எனக்கு ஒரு தீவிர காமத்தையே உண்டாக்கிவிட்டது.

ஒரு நிகழ்ச்சியின்போது மார்க் நிறுவனத்தின் திரு ஜி.ஆர்.கே ரெட்டியைச் சந்தித்தது எனது சென்னை வாழ்க்கையின் திருப்புமுனை ஆயிற்று. எனது தீவிர ஆவலை அவரிடம் சொல்ல, அவரும் தாராள மனத்துடன், நான் நினைத்துக்கூட பார்த்திராத அளவில் எனக்கு வேண்டிய உதவிகளைத் தந்தார். அவரது பெருந்தன்மை இல்லையேல், இந்நூலோ அதனுடன் என்னால் சாதிக்க முடிந்த சில

அனுபவங்களோ தோன்றியிருக்காது. அவருக்குப் போதிய அளவுக்கு நன்றிகூரக் கூட இயலாது! இதற்கு முன்னரும் நான் சில உதவிகளைப் பெற்றுள்ளேன். கல்வியாளரும் தொழிலதிபருமான திரு வி.கே. சுந்தரம், புதுக்கோட்டையில் சுதர்சனம் என்ற அமைப்பை உருவாக்க உறுதுணையாக இருந்தார். அவருக்கும் எனது ஆத்மார்த்த நன்றிகள்.

நல்ல நண்பர்கள் பெற்றதில் நான் ஓர் அதிர்ஷ்டசாலியே. என்னுடைய கலையார்வ முயற்சிகளில், முக்கியமாக மாமல்லையின் தேடலில், அவர்கள் பெரும் பங்கேற்றனர். இருபதுக்கும் மேற்பட்ட குழுக்களை நான் மல்லைக்கு அழைத்துச் சென்றுள்ளேன். இதன்மூலம் நான் அறிந்துகொண்டதே அதிகம். நான் நடத்திய மாமல்லைப் பயிலரங்கில் பங்குகொண்டோர் செய்த உதவியும் போற்றுதலுக்குரியது.

இந்நூலில் அசோக் கிருஷ்ணசாமியின் பங்கு, சாதாரண புகைப்படக் கலைஞருடையது மட்டுமல்ல. அதற்கும் மேல். அவர்தான் இந்த நூலின் பதிப்பாளரும்கூட. அவருடன் சேர்ந்த திரு எஸ். ஜெயவேலுவும் திறமை மிக்க உதவியாளராக இருந்தார். திரு எஸ். அற்புதராஜ், திரு ஆர். முருகன் ஆகியோர் நூலமைப்புக்குப் பேருதவி புரிந்தனர். கட்டடப் பொறியாளர் ஜே. செல்வம் முதலிலிருந்து கூடவே பணியாற்றியவர். இலக்கியத் தேடலிலும் படத் தொகுப்பிலும் சிறப்பாக உதவினார்.

பத்ரி சேஷாத்ரியின் உதவி குறிப்பிடப்பட வேண்டியது. எனது அறிவைத் தூண்ட உதவி புரிந்தவர். அவருடன் கழித்த அமர்வுகள் மறக்க முடியாதவை. அவை சாதாரண நூல் தயாரிப்பைத் தாண்டி இருந்தது.

கும்பகோணத்தில் ஆசார்யா உமாபதியையும் அவரது சகோதரர் ஆசார்யா வீழிநாதனையும் தற்செயலாகச் சந்தித்தது எனது பாக்கியம் என்றே கருதுகிறேன். அவர்கள் மூலம் ஆனந்தா குமாரசாமியின் முழுமையான கலை நோக்கையும் என்னால் புரிந்துகொள்ள முடிந்தது.

இந்தியக் கலை உணர்வைத் தெரிந்துகொள்ள உதவி புரிந்தவர்கள், மதராஸ் கிறிஸ்தவக் கல்லூரியின் பேராசிரியர் டாக்டர் எஸ். பாலுசாமியும் மதராஸ் கலைக் கல்லூரியின் பேராசிரியர் சிவராம கிருஷ்ணனும் ஆவர். தாவர இயலில் எனது ஆர்வத்தைத் தூண்டியவர் பச்சையப்பா கல்லூரி ஆய்வாளர் திரு உதய்குமார். அவரும் அவரது ஆசிரியரான மாகாணக் கல்லூரியின் தாவரவியல் பேராசிரியர் கனக. அஜித தாஸூம் மல்லையின் தாவரங்களைக் குறித்து எழுதப் பெரிதும் உதவினர்.

பேராசிரியர் எஸ். தாஷ், அவரது மனைவி டாக்டர் மம்தா தாஷ் இருவரும் வடமொழி எழுத்தமைதிகளைப் புரிந்துகொள்ளப் பேருதவி புரிந்தனர். அதேபோல அம்மொழிபெயர்ப்புகளையும் சரி பார்த்தனர்.

பல்லவ கிரந்தம் ஆயிரம் வருடங்களுக்கு முன்னரே தென் கிழக்கில் ஊடுருவியிருந்தாலும், கணினி மொழியில் இன்னும் ஆரம்ப நிலையிலேயே உள்ளது. அந்த எழுத்துருக்கள திரு டி. சிவராமனும், அவரது சக ஊழியர் எஸ்.முத்துகுமாரும் (சர்மா பிரஸ், புதுக்கோட்டை) தந்து உதவினர். அவர்கள் உண்டாக்கிய எழுத்துருக்கள் 21-ம் நூற்றாண்டைச் சேர்ந்தவை!

நண்பர், ஆலோசகர், வழிகாட்டி எல்லாமாக இருக்கும் சிறந்த எழுத்தாளரான திரு கே.ஆர்.ஏ. நரசய்யா எனது திட்டங்களைக் கேட்டறிந்து தானாகவே உதவி புரிந்துவந்தார். ஆங்கில மூலத்தைத் தமிழாக்கம் செய்ய நினைத்தவுடன், எழுத்து உலகில் முன் அனுபவம் இல்லாத என்னையும் ஒரு பொருட்டாகக் கருதி, முன்வந்து இந்தச் சிறந்த தமிழாக்கத்தை அவர் செய்ததை ஒரு பாக்கியமாகவே கருதுகிறேன்.

காந்தி மையத்தின் திரு ஏ. அண்ணாமலை, சிவபாதசேகரன் (பலருக்கு சுந்தர் பாரத்வாஜ் என்றே அறியப்பட்டவர்), புதுக்கோட்டையின் ஞானாலயா கிருஷ்ணமூர்த்தி தம்பதிகள் எனக்கு உறுதுணையாகவும் பக்க பலமாகவும் இருந்தவர்கள்.

நான் இவர்களுக்கெல்லாம் கடமைப்பட்டவன்.

சிறிதும் தொந்தரவின்றி மாமல்லையில் புகைப்படம் எடுக்க அனுமதித்து உதவி புரிந்த இந்திய தொல்லியல் துறையின் திருமதி சத்யபாமா பத்ரிநாத் நன்றிக்கு உரியவர். இந்திய தொல்லியல் துறையின் மாமல்லை அலுவலகர்களுக்கும் நன்றிகள் உரித்தாகும்.

என்னை உண்மையான கல்விக்கு அறிமுகப்படுத்தியவர் எனது மூத்த சகோதரர் கொல்கத்தா கிருஷ்ணமூர்த்தி. எங்கள் ஆர்வங்கள் மாறுபட்டவையாக இருப்பினும், எனக்கு அவர் ஊக்கத்தைத் தொடர்ந்து அளித்தவர்.

இறுதியாக, உறுதியாக, எனது தொந்தரவுகளைச் சகித்துக்கொண்டு, விசித்திரசித்தனான என்னுடன் நிழலாக உழைத்த எனது மனைவி திருமதி உமா, இதை எதிர்பார்க்காதிருந்தாலும், நன்றிக்கு உரியவர்.

அருஞ்சொற்பொருள்

அபிஷேகம்	நீராட்டுதல்
அதிட்டானம்	கோயிலின் சுவர்ப் பகுதிக்கு அடிவாரமாக விளங்கும் பகுதி
அர்தமண்டபம்	கருவறைக்கு முன் இருக்கும் மண்டபம்
அந்தரீயம்	கீழுடை
உத்தரீயம்	மேலுடை
கரந்த மகுடம்	தேன்கூடு போன்ற தோற்றமுடைய மகுடம் (படம்)
கிரந்தம்	சமஸ்கிருதத்துக்கு ஓர் எழுத்துமுறை; தேவநாகரி எழுத்துமுறை மற்றது
கிரீட மகுடம்	பூசைமணியைப் போன்ற தோற்றமுடைய மகுடம் (படம்)
கிரீவம் (கழுத்து)	கோயிலின் சிகரத்தின் கீழே இருக்கும் கழுத்து பாகம்
கின்னரர்	உடலின் மேற்பகுதி மனிதர்கள் போன்றும் கீழ்ப்பகுதி பறவைகளைப் போன்றும் தோற்றமுடைய ஆகாய இசைவாணர்கள்
சன்னவீரம்	வீரச்சங்கிலி; கழுத்தைச் சுற்றியும் மார்பு அணிகளைச் சுற்றியும் உடலின் ஒரு மூலையிலிருந்து எதிர் மூலைக்குக் குறுக்கே சென்று முதுகிலும் அவ்வாறே அமைந்த இரு சங்கிலிகள் (படம்)
சிகரம்	கோயிலின் மேலேயுள்ள கலசத்தைத் தாங்கும் பாகம். சதுரம், நீள்சதுரம், தூங்கானை மாடம் மற்றும் வட்டம் ஆகிய வடிவங்கள் வழக்கத்தில் இருந்திருக்கின்றன.

கரந்த மகுடம்

சன்ன வீரம்

கிரீட மகுடம்

அபய முத்திரை

அஞ்சலி முத்திரை

வியாக்யான முத்திரை

கச்சி முத்திரை

விஸ்மய முத்திரை

வரத முத்திரை

தியான முத்திரை

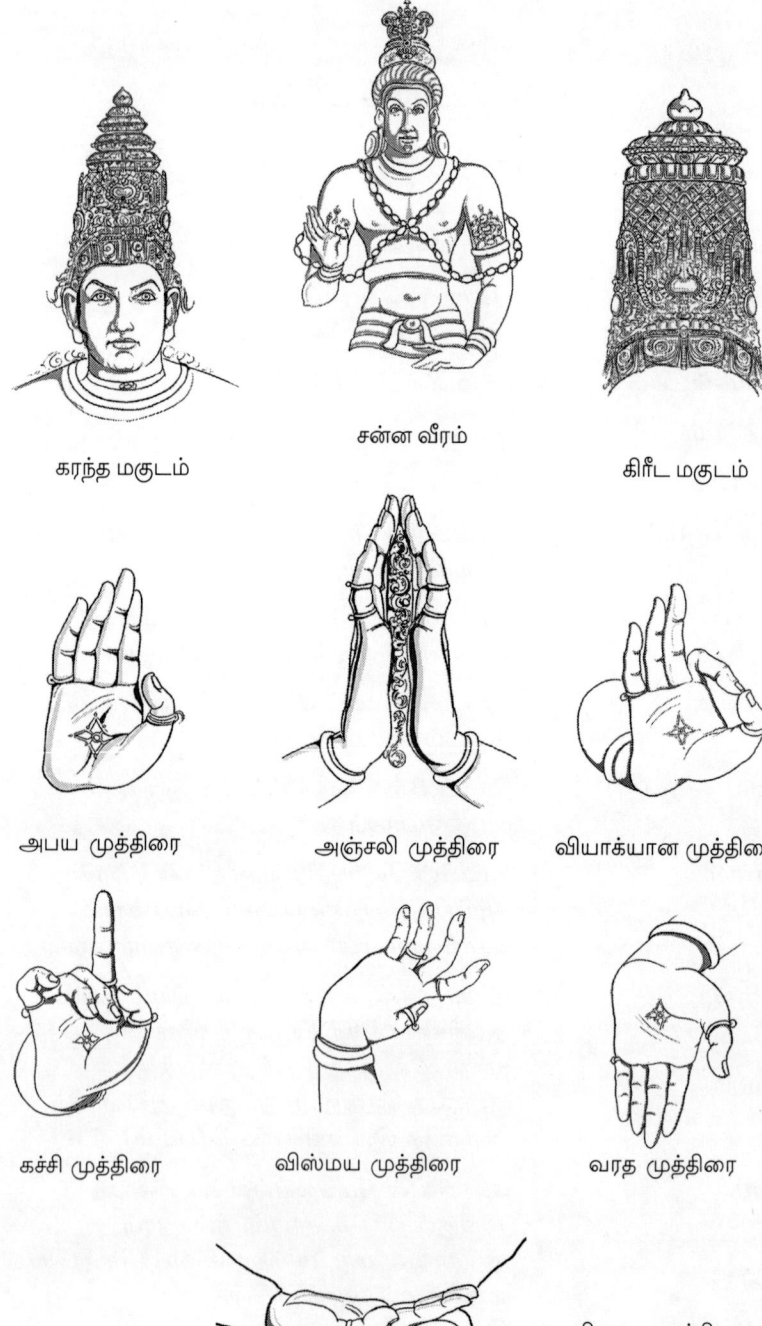

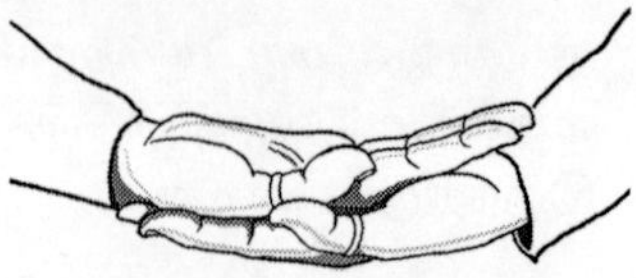

ஜடாபரம்	திரிசடையும், சுருள்சடையும், அடர்த்தியாகவும் தொங்கி அமைந்த தலைக்கோலம்; பெரும்பாலும் இந்தத் தலை அலங்காரத்தில்தான் சிவபெருமான் காணப்படுவார்
சடைமகுடம்	தலையில் கொண்டை அமைத்து நீண்ட திரிசடையைத் தலையில் கிடையாகவும் செங்குத்தாகவும், கரகம் போல் அமைந்த தலைக்கோலம்.
துவாரபாலகர்	வாயில்காப்போர்
பத்திரகுண்டலம் (ஓலை)	பனை ஓலையைப் போன்ற காதணி ஓலை
புஜங்கவலயம்	பாம்பை வளையாகக் கொண்ட அணி
மகரம்	மீன் உடல், யானையின் துதிக்கை, சிம்மக் கால்கள், குரங்கின் கண்கள், பன்றியின் காது, பறவையின் இறக்கை ஆகியவற்றின் கூட்டுருவம்
மகரதோரணம்	(திருவாட்சி) தோரணத்தின் இருபுறமும் மகரங்கள் உள்ள அமைப்பு
மகரகுண்டலம்	மகரம் போன்ற உருவில் காதணி
மகாமண்டபம்	அர்தமண்டபத்துக்கு முன் இருக்கும் மண்டபம். சில குகைக்கோயில்களில் மகாமண்டபம் இல்லாமலும் இருக்கலாம்.
மகுடம்	தலையில் அணியும் மணிமுடி
முத்திரை (குறியீடு)	கை அபிநய விதம் (படம்)
பரசு (கோடறி)	மழு; சிவபெருமானின் ஆயுதங்களில் ஒன்று
பாசம்	மூன்று வடமாக உள்ள கயிறை வளைத்துப் பிடித்த அமைப்பு; சில தெய்வங்களின் ஆயுதம்
பிராகாரம்	திருச்சுற்று
ஸ்தூபி (கலசம்)	கோயிலின் உச்சியில் காணப்படும் பாகம்.

Books referred

Balusamy S; Arjunan Tapasu (Tamil); Kalachuvadu, 2010

Beck, Elisabeth; Pallava Rock Architecture and Sculpture; Sri Aurobindo Society, Pondicherry, 2006

Chambers, William; An Account of the Sculptures and Ruins at Mavalipuram, 1784

Coombs JW; The Seven Pagodas; Asian Educational Service, Delhi, 1999 (First Published in 1914 in London)

Gopinatha Rao TA, Elements of Iconography, Two volumes each containing two parts, Motilal Banarasidass Publishers, Delhi, 1997 (First published in 1914)

Jouveau-Dubreuil G; Pallava Antiquities, Vol II; Asian Educational Service, Delhi, 1994 (First Published in 1918 in Pondicherry)

Jouveau-Dubreuil G; The Pallavas; Asian Educational Service, Delhi, 1995 (First Published in 1917 in Pondicherry)

Lockwood, Michael with Bhat, A Vishnu; Siromoney, Gift and Dayanandan P; Pallava Art; Tambaram Research Associates, Chennai, 2001

Longhurst AH; Pallava Architecture Part I (Early Period); ASI, Delhi, 1998 (First Edition 1924)

Longhurst AH; Pallava Architecture Part II (Intermediate and Mamalla Period); ASI, Delhi, 1998 (First Edition 1928)

Nagasamy R; Mamallai (Tamil); State Archaeological Survey Department, 1980

Rabe, Michael; The Great Penance at Mamallapuram; Institute of Asian Studies, Chennai, 2001

Rajamanikkam T; Tamizhaka-k-kudavarai-k-koyilkal (Tamil); The South India Saiva Siddhanta Works Publishing Society, Tirunelveli, 1984

Rajeswari, S; Pallava Sculpture; 1988

Ramaswamy NS (Ed); 2000 Years of Mamallapuram Vol I (Text); Navrang, New Delhi, 1989

Ramaswamy NS; 2000 Years of Mamallapuram, Navrang, New Delhi, 1989

Ramaswamy NS; Seven Pagodas – The Art and History of Mahabalipuram; Uma Books, Chennai, 1970

Ramachandra Rao SK; Art and Architecture of Indian Temples, Volume One; Kalpatharu Research Academy, Bengaluru, 1993

Srinivas & J Prabhakar; Mahabalipuram (Tamil); Thanga Thamarai Pathippagan, Chennai, 2005

Srinivasan K R, Cave Temples of the Pallavas, ASI, New Delhi, 1993

Srinivasan KR; The Dharmaraja Ratha and its Sculptures, Mahabalipuram; Abhinav Publications, New Delhi, 1975

Willets, William Y; An illustrated and Annotated Annual Bibliography of Mahabalipuram on the Coromandal Coast of India; Department of Indian Studies, University of Malaya, Kualalampur, 1966

அனைத்து முக்கிய புத்தகக் கடைகள், துணிக்கடைகள் மற்றும் சூப்பர் மார்க்கெட்டுகளிலும் கிழக்கு பதிப்பகத்தின் புத்தகங்கள் விற்பனைக்குக் கிடைக்கும்.

ஆன்லைனில் புத்தகங்கள் வாங்க
www.nhm.in/shop

போன் மூலம் புத்தகம் வாங்க

94459 01234

9445 97 97 97

- இந்தியாவில் எங்கிருந்தாலும் போன் மூலமாக புத்தகம் வாங்கலாம்.
- புத்தகங்கள் வி.பி.பி யில் மட்டுமே அனுப்பி வைக்கப்படும்.
- கொரியர் மூலமாக வாங்க எங்களைத் தொடர்பு கொள்ளவும்.

மேலதிக விபரங்களுக்கு எங்களைத் தொடர்புகொள்ளவும்.
94459 01234, 9445 97 97 97

*நிபந்தனைக்குட்பட்டது.